AF667028

പാപികളുടെ പട്ടണം

papikalude pattanam
stories

•

joseph athirunkal

•

first edition
september 2019

•

typesetting & published
chintha publishers, thiruvananthapuram

•

cover
vinod mangoes

വിതരണം

ദേശാഭിമാനി ബുക്ക് ഹൗസ്

H O തിരുവനന്തപുരം-695 035
phone: 0471-2303026, 6063026
www.chinthapublishers.com
chinthapublishers@gmail.com

ബ്രാഞ്ചുകൾ

ഹെഡ്ഓഫീസ് ബ്രാഞ്ച് കുന്നുകുഴി • സ്റ്റാച്യു തിരുവനന്തപുരം • കെ എസ് ആർ ടി സി ബസ് സ്റ്റേഷൻ ആലപ്പുഴ • കെ എസ് ആർ ടി സി ബസ് സ്റ്റേഷൻ എറണാകുളം • മച്ചിങ്ങൽ ലെയ്ൻ തൃശൂർ • ഐ ജി റോഡ് കോഴിക്കോട് • മാവൂർ റോഡ് കോഴിക്കോട് • എൻ ജി ഒ യൂണിയൻ ബിൽഡിങ് കണ്ണൂർ • സെൻട്രൽ ബസ് ടെർമിനൽ കോംപ്ലക്സ് താവക്കര കണ്ണൂർ

CO - 2855 / 5122
ISBN - 978-93-89410-15-0

പാപികളുടെ പട്ടണം

(കഥകൾ)

ജോസഫ് അതിരുങ്കൽ

ചിന്ത പബ്ലിഷേഴ്സ്
തിരുവനന്തപുരം-695 035

ജോസഫ് അതിരുങ്കൽ

പത്തനംതിട്ട ജില്ലയിൽ, അതിരുങ്കൽ സ്വദേശി.
മോഡൽ എന്ന കഥയ്ക്ക് 2005 ലെ പൊൻകുന്നം വർക്കി നവലോകം പുരസ്കാരം ലഭിച്ചു.
മറ്റു പുരസ്കാരങ്ങൾ: *ഇണയന്ത്രം* (ഖത്തർ സമന്വയ പുരസ്കാരം), *സമുദ്രം താണ്ടുന്ന കത്തുകൾ* (പ്രവാസം. കോം, കുവൈറ്റ്, സംസ്കൃതി ജിദ്ദ), *വിശുദ്ധ സാത്താൻ* (മെട്രോ മിറർ, മുംബൈ), *ന്യൂസ് ടൈം* (അറ്റ്ലസ് കൈരളി), *അദൃശ്യ വിതാനങ്ങളിൽ നിന്നൊരാൾ* (പ്രതീക്ഷ പബ്ലിക്കേഷൻസ്), *നാട്ടിലെ മകളുടെ അമ്മ* (പ്രവാസി മലയാളി സാഹിത്യ സംഘം, ഗോവ). *അദൃശ്യ വിതാനങ്ങളിൽ നിന്നൊരാൾ*, *ഇണയന്ത്രം* എന്നീ കഥകൾ ടെലിഫിലിം ആയിട്ടുണ്ട്. കഥാസമാഹാരങ്ങൾ: *പ്രതീക്ഷയുടെ പെരുമഴയിൽ*, *പുലിയും പെൺകുട്ടിയും*, *ഇണയന്ത്രം*.
സൗദി അറേബ്യയിലെ റിയാദിൽ ജോലി ചെയ്യുന്നു.

വിലാസം : വചനം
നാലാഞ്ചിറ, കോൺവെൻറ് ലൈൻ
മുട്ടട പി ഒ, തിരുവനന്തപുരം 695025
gmail : athirumkal@gmail.com
Phone : 9526039804/966502916859

ഉള്ളടക്കം

പ്രസാധകക്കുറിപ്പ്

ഏകാന്തതയുടെ വിഹ്വലതകൾ, ഓരങ്ങളിലെക്ക് ഒതുക്കപ്പെട്ടവരുടെ സങ്കടങ്ങൾ, അതിക്രൂരമാംവിധം മനുഷ്യനെ പൊതിയുന്ന സ്വാർത്ഥകൾ... ജോസഫ് അതിരുങ്കൽ എന്ന കഥാകൃത്തിന്റെ കഥാഭൂമിക ഇപ്രകാരമാണ്. പതം പറഞ്ഞു കരയാൻ ഒരാളില്ലാതെ അന്ത്യയാത്രയാവുന്നത് സങ്കല്പിക്കാൻ പോലും കഴിയാത്ത ഏകാന്ത വാർദ്ധ്യക്യങ്ങളെയും മനുഷ്യനോളം പാപിയാവാൻ കഴിയാതെ ഒഴുകുന്ന ചെകുത്താനെയും വെളുത്തുള്ളി മണക്കുന്ന പുരുഷനേയും നാം ഈ കഥകളിൽ കണ്ടെത്തുന്നു. കഥാഖ്യാനത്തിന്റെ പുതിയ വിതാനങ്ങളിലേക്കു പ്രവേശിക്കുന്ന ജീവന്റെ മണമുള്ള ഭാഷയാണ് ജോസഫ് അതിരുങ്കലിന്റേത്. കഥാപാത്രങ്ങളുടെ ആന്തരികഭാവമെന്ന നിലയിൽ ഒഴുകിയെത്തുന്ന മൊഴിവഴക്കങ്ങൾ മുതൽക്കൂട്ടാണ്.

ചിന്ത പബ്ലിഷേഴ്സ്

പതം പറഞ്ഞ് കരയാൻ ഒരാൾ

"**മാ**രമൺ കൺവെൻഷന്റെ ആളല്ലായിരുന്നോ! രാവിലെ എട്ടൊമ്പതു മണിതൊട്ട്, അണമുറിയാതെ പുരുഷാരത്തിന്റെ ഒഴുക്കു തുടങ്ങിയില്ലിയോ... ജനസമുദ്രം, ജനസമുദ്രമെന്നൊക്കെ പറയുന്നതു ഞാൻ നേരിൽ കണ്ടു സോബിച്ചാ. നേരിൽ കണ്ടു. എന്തുമാത്രം വണ്ടികൾ, പലപല നിറത്തിലും തരത്തിലുമുള്ളവ. അവയിലൊക്കെ വന്നതൊന്നും ഏഴാംകൂലികളല്ല, നല്ല നിലയും വിലയുമുള്ളവർ. എല്ലാവരും നല്ലതുപോലെ ഉടുത്തൊരുങ്ങി ഏതോ കല്യാണത്തിനു പോകുമ്പോലെ. എതാണ്ട് ഒരു കിലോമീറ്റർ ദൂരം റോഡിന്റെ വശം മുഴുവൻ വണ്ടികളെക്കൊണ്ട് നിറഞ്ഞിരിക്കുകയായിരുന്നില്ലിയോ? ഇതൊക്കെയാണ് ഭാഗ്യമരണം എന്ന് പഴമക്കാർ പറയുന്നത്."

"അങ്ങേരെ മണ്ണിലേക്കെടുക്കും മുമ്പ് ഒരുനോക്ക് കാണാൻ വയ്യായിരുന്നോ സോബിച്ചാ? നമ്മുടെ വാർഡ് മെമ്പറൊക്കെ ആയിരുന്ന മനുഷ്യനല്ലിയോ? കാര്യം സ്ഥിരതയില്ലാതെ കൂടെക്കൂടെ പാർട്ടി മാറുന്നോനാണെങ്കിലും നമ്മുടെയിടെയിലെ ഒരേയൊരു നേതാവല്ലായിരുന്നോ?"

മരണവീട്ടിൽ പോയിട്ട് നട്ടുച്ച വെയിലത്ത് രണ്ടു കിലോമീറ്റർ നടന്നു വന്നതിന്റെ, ടാറിട്ട നിരത്തിൽനിന്നുള്ള പന്ത്രണ്ടുപടികൾ ചവിട്ടി വീട്ടുമുറ്റത്ത് എത്തിയതിന്റെ, ക്ഷീണം ഒരു ഗ്ലാസ് വെള്ളം കുടിച്ച് അലിയിക്കുന്നതിനു മുമ്പുതന്നെ സിറ്റൗട്ടിന്റെ പടികളിൽ ഇരുന്നുകൊണ്ട് രാവിലെ പങ്കെടുത്ത ചടങ്ങിനെ അന്നയമ്മച്ചി നിരീക്ഷിച്ചു.

"മനുഷ്യൻ സർവ്വലോകവും നേടിയാലും, ജീവിതം ഒടുങ്ങുമ്പോൾ കരയാനൊരാളില്ലെങ്കിൽ എന്തുപ്രയോജനം? നീ അതെന്നെങ്കിലും ആലോചിച്ചിട്ടുണ്ടോ സോബിച്ചാ.." ഭിത്തിയിൽ ആണിയടിച്ചുറപ്പിച്ചിരിക്കുന്ന നിറം പൂശിയ ലോഹത്തകിടിൽ രേഖപ്പെടുത്തിയിരിക്കുന്ന

ഒരുവൻ സർവ്വലോകവും നേടിയാലും അവന്റെ ആത്മാവ് നശിച്ചാൽ എന്തു പ്രയോജനം എന്ന *ബൈബിൾ* വാചകത്തിനു സമാന്തരമായി അമ്മച്ചി പറഞ്ഞു. ഭിത്തിയിൽ തൂക്കിയ ഫോട്ടോയിലെ അമേരിക്കയിലേക്ക് കുടിയേറിയ മക്കളുടെയും മരുമക്കളുടെയും കുഞ്ഞുമക്കളുടെയും ചിരിക്കുന്ന മുഖങ്ങളെ നോക്കി അവർ ഒരുനിമിഷം നെടുവീർപ്പിട്ടു. "സന്തതികൾ ഇല്ലാത്തതിന്റെ ദുഃഖം തമ്പുരാൻ തന്നില്ല. പക്ഷേ, എല്ലാവരുമുണ്ടായിട്ടും വയസ്സുകാലത്ത് ഒരുതുള്ളി ചൂട് വെള്ളം തരാൻ ആരും അരികിൽ ഇല്ലല്ലോ?" മുറ്റത്ത് റബ്ബർ ഷീറ്റുകൾ വിരിക്കുകയായിരുന്ന സോബിച്ചൻ കേൾക്കാൻ പാകത്തിൽ അവർ സങ്കടപ്പെട്ടു.

"അമ്മച്ചിക്ക് ഒരു വല്ലായ്ക വന്നാൽ പിറ്റേ ദിവസം ഡാളസ്സിൽനിന്ന് സാമച്ചായനും ഹൂസ്റ്റണിൽനിന്ന് തോമസ് കുട്ടിച്ചായനും ഇങ്ങെത്തത്തില്ലിയോ?" തനിക്ക് തന്നെയും തരിമ്പും വിശ്വാസമില്ലാത്ത സ്വരത്തിൽ സോബിച്ചൻ ആശ്വാസവചനം പറഞ്ഞു. "പൊളിവചനം പറയാതെന്റെ സോബിച്ചാ" എന്നു മാത്രം അന്നയമ്മച്ചി പിറുപിറുത്തു.

നഴ്സുമാരായ മരുമക്കളുടെ ചെലവിൽ കഴിയുന്ന തന്റെ ആൺമക്കളുടെ അവസ്ഥ ഒരിക്കൽ വിസിറ്റുവിസയിൽ അവിടെ പോയ അന്നയമ്മച്ചിക്ക് അറിയാമായിരുന്നു. രണ്ടുകൊല്ലം മുമ്പ് ഭർത്താവ് കുര്യച്ചൻ മരിച്ചപ്പോൾ, "അമ്മച്ചി ഇനി നാട്ടിൽ ഒറ്റയ്ക്കു നില്ക്കേണ്ട ഇങ്ങു പോരെന്ന" സ്നേഹ നിർഭരമായ വിളിയെ മറികടക്കാൻ കഴിയാത്തത് കൊണ്ടു പോയതാണ്. വലിയ വിമാനക്കൂലി കൊടുത്ത് പോയതുകൊണ്ടു മാത്രം കടിച്ചുപിടിച്ച് രണ്ടുമാസം നിന്നു. പേരക്കുട്ടി അവളുടെ ക്ലാസിൽ പഠിക്കുന്ന വെള്ളക്കാരൻ പയ്യനുമായി വന്നു കതകടച്ചതിന്റെ പിറ്റേദിവസമായിരുന്നു ആ തിരിച്ചുവരവ്. അസുഖകരമായ ഓർമ്മകളിലേക്കു മനസ്സിനെ മേയാൻ വിടാൻ താല്പര്യമില്ലാത്തതിനാൽ അമ്മച്ചി മുറിക്കുള്ളിലേക്കു പോയി.

സോബിച്ചൻ ശാന്തമായി അന്നത്തെ റബ്ബർ ഷീറ്റ് മുറ്റത്തെ അയയിൽ വിരിക്കുകയായിരുന്നു. റബ്ബർ മരങ്ങൾ ടാപ്പ് ചെയ്യാനുള്ളതുകൊണ്ട് രാവിലെയുള്ള ഒരു ചടങ്ങിനും സംബന്ധിക്കാൻ അയാൾക്കു കഴിയാറില്ല. റബ്ബർ പാലെടുത്ത് ഷീറ്റാക്കി മുറ്റത്തെ അയയിൽ വിരിച്ചു കഴിയുമ്പോഴേക്കും സൂര്യൻ തലയ്ക്കു മുകളിലെത്തിയിരിക്കും. നീണ്ട ദിവസങ്ങളിലെ തുടർച്ചയായ മഴയ്ക്കുശേഷം കിട്ടിയ തോർച്ചയാണ് അന്നത്തേത്. അന്ന് മരംവെട്ടാതെ ഏത് അടിയന്തര കാര്യത്തിനു പോയാലും അന്നയമ്മച്ചി ക്രൂരമായ വാക്കുകളിൽ അഭിഷേകം ചെയ്യുമെന്നുറപ്പ്.

അന്നയമ്മച്ചിയുടെ രണ്ടു ആൺമക്കൾ അമേരിക്കയിലും ഏക മകൾ മറിയാമ്മ അയർലണ്ടിലുമാണ്. മാസന്തോറും ചെലവിനുള്ള വക അവർ ഊഴം വച്ച് അയച്ചു കൊടുക്കുമെങ്കിലും അതിൽ നിന്നെന്തെങ്കിലും എടുക്കാതെ സ്വന്തം ആവശ്യത്തിനുള്ളതു മൺമറഞ്ഞ കെട്ടിയോൻ നട്ടു നനച്ചുണ്ടാക്കിയ റബ്ബർ കറയിൽനിന്നു അന്നയമ്മച്ചി കണ്ടെത്തും.

ഒറ്റയ്ക്കു താമസിക്കുന്ന അമ്മച്ചിക്ക് വലിയ ആവശ്യങ്ങൾ ഒന്നും ഉണ്ടാകാറില്ല. റബ്ബറിലുണ്ടായ വിലയിടിവു നിമിത്തം പല ആവശ്യങ്ങളും വെട്ടിച്ചുരുക്കിയിരിക്കുകയാണ്. ശവസംസ്കാരത്തിനു പോയിട്ട് ഓട്ടോ പിടിക്കാതെ നടന്നുവന്നതും ഈ ചെലവ് ചുരുക്കുന്നതിന്റെ ഭാഗമായിട്ടാണ്.

സോബിച്ചൻ അയയിൽ വിരിച്ചിട്ട റബ്ബർ ഷീറ്റുകൾ എണ്ണി. ഇരുപതുണ്ട്. കഴിഞ്ഞ ദിവസത്തേക്കാൾ മൂന്നു കൂടിയിട്ടുണ്ട്. ഇന്നു തനിക്കു ശമ്പളം തന്നാലും ഉടമസ്ഥയെന്ന നിലയിൽ അമ്മച്ചിക്ക് മുതലാവും. പലപ്പോഴും കൂലിയായി നല്കുന്നതിനേക്കാൾ കുറവു മാത്രമാണ് കിട്ടുന്നതെന്ന പരാതിയുണ്ടായിരുന്നു. അയാൾ ആ സന്തോഷ വർത്തമാനം അന്നയമ്മച്ചിയെ വിളിച്ചറിയിച്ചിട്ട് വീട്ടിലേക്ക് മടങ്ങാൻ വെമ്പി.

"അന്നയമ്മച്ചിയേ... അമ്മച്ചിയേ..." പൂമുഖത്ത് കാണാഞ്ഞതിനാൽ അയാൾ അകത്തേക്കുള്ള വാതിൽ നോക്കി വിളിച്ചു. പലവുരു വിളിച്ചിട്ടും ഇരുട്ട് പതുങ്ങിയിരിക്കുന്ന ഇടനാഴിയിലൂടെ അടുത്ത് വരുന്ന കാലൊച്ച കേൾക്കാത്തതിനാൽ, അകത്തേക്ക് കടക്കണോ വേണ്ടയോ എന്ന ശങ്കയാൽ ഏതാനും നിമിഷം നിന്നു. ഇത്രയേറെ വിളിച്ചിട്ടും ഒരു മറുപടി ലഭിക്കാതിരിക്കുന്നത് പതിവില്ലാത്തതാണ്. "നീ എന്തിനാ സോബിച്ചാ ഇങ്ങനെ തൊള്ള കീറുന്നതെന്നു" ചോദിച്ചുകൊണ്ട് അമ്മച്ചി പുറത്തേക്കു വരേണ്ട സമയം എപ്പോഴോ കഴിഞ്ഞതായി അയാൾ ഭയന്നു.

കഴിഞ്ഞ അഞ്ചുവർഷങ്ങളായി അന്നയമ്മച്ചിയുടെ ടാപ്പിങ് തൊഴിലാളിയായി തുടരുന്നെങ്കിലും ഒരിക്കലും അയാൾക്ക് ഉള്ളിലെ മുറിയിലേക്ക് പ്രവേശിക്കേണ്ട സാഹചര്യമുണ്ടായിട്ടില്ല. നിനച്ചിരിക്കാത്ത സമയത്ത് പെയ്യുന്ന മഴയിൽനിന്നു രക്ഷപ്പെടാൻ ഹാളിൽ മാത്രം ചിലപ്പോൾ കയറിയിരുന്നിട്ടുണ്ട്. അങ്ങനെയിരിക്കുമ്പോൾ അമ്മച്ചി ചായയും കായ വറുത്തതും അയാൾക്കു കൊടുക്കും. എഴുപതു കൊല്ലം മുമ്പ് വലിയ കാട്ടുമരങ്ങൾ നിരനിരയായി നിന്നിരുന്ന ആ സ്ഥലത്തേക്ക് കുര്യച്ചനൊപ്പം കുടിയേറിയതിന്റെ കഥകൾ പറയും.

വീണ്ടും വീണ്ടും വിളിച്ചിട്ടും അകത്തുനിന്ന് അനക്കമൊന്നും കേൾക്കാതായപ്പോൾ, സോബിച്ചനിൽ ഭയത്തിന്റെ കുമിള പൊട്ടി. ഒരു അപകടത്തിന്റെയോ, അപരിചിതത്തിന്റെയോ ഗന്ധം പരക്കുന്നുവെന്ന തോന്നൽ. കാതോർപ്പിന്റെ വേളയിലൊന്നിൽ, തുറന്നു കിടന്ന അകത്തെ വാതിലിലൂടെ ഊളിയിട്ടെത്തിയ ഒരിളങ്കാറ്റിൽ ഒരു തേങ്ങലിന്റെ സ്വരം കലർന്ന പോലെ.

അമ്മച്ചിയെങ്ങാനും കാലു തെറ്റി ബാത്ത് റൂമിലെങ്ങാനും വീണുവോ എന്ന ആപത് ശങ്കയിൽ നില്ക്കവെ, ആ തേങ്ങലിന്റെ സ്വരം അനന്തമായ സങ്കടം കൊണ്ട് കനത്തു. സോബിച്ചനു നില്ക്കപ്പൊറുതി കിട്ടിയില്ല. മുറിക്കുള്ളിലേക്ക് "എന്തോ പറ്റി അമ്മച്ചി"യെന്ന് അലമുറയിട്ടുകൊണ്ട് അയാൾ പാഞ്ഞു. ഉച്ച വെയിലിന്റെ തിളങ്ങുന്ന പ്രകാശത്തിലും ഇരുളു

മൂടിയ പഴമയുടെ ഗന്ധം തങ്ങി നിന്നിരുന്ന മുറികളിൽ ആ ചോദ്യം പ്രതിദ്ധ്വനിച്ചു.

വെളിച്ചം കുറഞ്ഞ ഹാളിന്റെ നിറം കെട്ടുപോയ ചുവരിൽ തൂങ്ങി, നിസ്സംഗതയുണർത്തുന്ന പുഞ്ചിരിയോടെ കുര്യച്ചനും ചിറികൾ പരമാവധി വലിച്ച് പിടിച്ച് വിദേശത്തു കഴിയുന്ന മക്കളും ആ പാച്ചിൽ കണ്ടു. ഹാളിന്റെ വലതു വശത്തുള്ള കരച്ചിലുയരുന്ന മുറിയുടെ വാതിൽ പാതി ചാരിയിരുന്നു. "അമ്മച്ചിയേ എന്തോ പറ്റി"യെന്ന ചോദ്യവുമായി അയാൾ വാതിൽ തുറന്നു. താൻ കടന്നു വന്നതോ, ചോദിച്ചതോ ശ്രദ്ധിക്കാതെ കട്ടിലിൽ ഒരു വശം ചരിഞ്ഞ് അലമുറയിട്ട് കരയുന്ന അമ്മച്ചിയെ കണ്ട് അയാൾ ഒരു നിമിഷം സ്തബ്ധനായി നിന്നു. സങ്കടത്തെ ചെറുക്കാനുള്ള എല്ലാ വാക്കുകളും പറഞ്ഞിട്ടും അന്നയമ്മച്ചി നിലവിളി തുടരുകയാണ്.

ഇത്രമേൽ ആഴത്തിൽ അന്നയമ്മച്ചി നിലവിളിച്ചത് കുര്യച്ചന്റെ മരണ ദിവസം മാത്രമാണ്. സങ്കട പെരുമഴയിൽ കുളിച്ച് അമ്മച്ചി അന്ന് കിടന്നത് മൂന്നു ദിവസം. അറിയാവുന്ന സാന്ത്വന വചനങ്ങൾ മുഴുവൻ ബന്ധുക്കളും പള്ളിക്കാരും പറഞ്ഞെങ്കിലും ജലപാനം കഴിക്കാതെ ഒരേ കിടപ്പായിരുന്ന അമ്മച്ചിയുടെ കീഴിൽ തന്റെ തൊഴിൽ തുടർന്നു കൊണ്ടു പോവാൻ കഴിയില്ലെന്നു പോലും അയാൾ ചിന്തിച്ചു. നല്ല തോർച്ചയുള്ള രണ്ടുദിനങ്ങളും പണിക്കിറങ്ങാതെ അസ്വസ്ഥനായി അയാൾ കഴിച്ചു. മൂന്നാം ദിവസം എന്തു ചെയ്യണമെന്നറിയാതെ തിണ്ണയിൽ ഇരുന്നപ്പോ ഴാണ് "നല്ല തോർച്ചയുള്ളപ്പോഴും പണിക്കിറങ്ങാതെ അവൻ നിന്റെ ചൂടും പിടിച്ചു കിടക്കുവാണല്ലേടി"യെന്ന ചോദ്യം മുറ്റത്ത് നിന്ന ഭാര്യ യുടെ നേരെ ഉയർത്തിക്കൊണ്ട് അമ്മച്ചി പടികടന്നു വന്നത്. കൈയോടെ തന്നെ കൂട്ടി കൊണ്ടു പോകുമ്പോൾ, അമ്മച്ചി പറഞ്ഞു: "ഇന്നലെ രാത്രി യിൽ ഞാൻ അച്ചായനെ സ്വപ്നം കണ്ടു. സോബിച്ചൻ പണിക്കിറങ്ങാ തിരുന്നാൽ നിന്റെ കാര്യങ്ങളെങ്ങനെ നടക്കുമോന്നാ അതിയാൻ ആദ്യം ചോദിച്ചേ."

"അമ്മച്ചി എവിടെയെങ്കിലും വീണുവോ? അസുഖം വല്ലതുമാണെ ങ്കിൽ അമേരിക്കയിലേക്ക് വിളിച്ച് പറയാം." സോബിച്ചൻ അത് പറയുമ്പോൾ അമ്മച്ചി തല തിരിച്ച് വേണ്ടെന്ന് കൈയാട്ടി. ബെഡ് ഷീറ്റിന്റെ അറ്റം കൊണ്ട് കണ്ണീരൊപ്പുന്നതിനിടയിൽ അവർ ഈർഷ്യയോടെ പറഞ്ഞു:

"നീ കരുതുന്നതു പോലെ ഡോക്ടറെ കാണേണ്ട കാര്യമൊന്നുമില്ല സോബിച്ചാ. ഞാൻ ചിലതൊക്കെ ഓർത്ത് കരഞ്ഞതാ. അപ്പോൾ പിടി വിട്ടുപോയി."

"എന്തുവാ അമ്മച്ചി ഇത്രയോർക്കാൻ." അന്നയമ്മച്ചി മുഖം കഴുകി പൂമുഖത്തേക്ക് വന്നപ്പോൾ അയാൾ ചോദിച്ചു. അരഭിത്തിയിൽ ഇരുപ്പുറ പ്പിച്ചുകൊണ്ട് വെയിലിൽ പരന്ന തൊടിയിലേക്ക് നോക്കി ആത്മഗതമെ ന്നോണം പറഞ്ഞു.

“യെനിക്കാരുണ്ടെടാ....” ഒന്നും വ്യക്തമായി മനസ്സിലാകാതെ, സോബിച്ചൻ തന്നെ നോക്കുന്നത് കണ്ട് അമ്മച്ചി വിശദീകരിച്ചു: “ഞാൻ പോകുമ്പോൾ ഇന്നവിടെ കണ്ടതുപോലെ ആർത്തലച്ച് കരഞ്ഞെന്നെ യാത്രയാക്കാൻ എനിക്കാരുണ്ടെടാ? ഒരു മനുഷ്യൻ പോലും സങ്കടപ്പെടാനില്ലാതെ, കണ്ണടയും ചൂടി ഞാനങ്ങനെ നീണ്ടു കിടക്കുന്നത് ഓർത്തപ്പോൾ, സങ്കടം നിയന്ത്രിക്കാനായില്ലെടാ.”

അത്രയേ ഉള്ളുവെന്ന് പറഞ്ഞു ചിരിക്കാൻ സോബിച്ചന് എന്തുകൊണ്ടോ തോന്നിയില്ല. ഒറ്റപ്പെടലിന്റെ ദുഃഖം അന്നയമ്മച്ചി പങ്കുവെക്കുന്നത് ആദ്യമായിട്ടായിരുന്നില്ല എന്നയാൾ ഓർത്തു. എന്നാൽ ഇത്രമേൽ തീവ്രമായി ആ നൊമ്പരം ഹൃദയത്തിൽ ഇരമ്പിയാർത്തിട്ടില്ല.

“ജീവിക്കാൻ വേണ്ടി ഏതോ രാജ്യത്ത് കിടക്കുന്ന മക്കളൊക്കെ എന്റെ ശവം പോലും കാണാൻ എത്തുമെന്ന് എനിക്ക് പ്രതീക്ഷയില്ല. അവരൊക്കെ നാട്ടിൽ ഒന്നു വന്നു പോയിട്ട് തന്നെ എത്രയോ വർഷങ്ങൾ കഴിഞ്ഞു. ഇടയ്ക്കൊക്കെ ഫോണിലൊന്ന് വിളിച്ച് ചത്തോ ജീവിച്ചോ എന്നുപോലും തിരക്കിയാലായി.”

അന്നയമ്മച്ചിയുടെ വാക്കുകളിൽ സത്യം മണക്കുന്നതിനാൽ സോബിച്ചൻ നിശ്ശബ്ദനായി. ജീവിതത്തിന്റെ നീണ്ട വഴിത്താര താണ്ടിയ ഈ വൃദ്ധസ്ത്രീയുടെ മുന്നിൽ ഉപചാരവാക്കുകൾ ഫലം ചെയ്യില്ല എന്ന് അയാൾ തിരിച്ചറിഞ്ഞിരുന്നു. ഇനി പറയാൻ പോകുന്നത് വിൺവാക്കല്ല എന്നു വരുത്തിത്തീർക്കാൻ വേണ്ടി ഒരുനിമിഷം നിശ്ശബ്ദനായിട്ട് സോബിച്ചൻ പറഞ്ഞു.

“അമ്മച്ചിക്ക് എന്നെയും സൂസമ്മയെയും വിശ്വാസമില്ലേ? അമ്മച്ചി ഈ ലോകത്തുനിന്ന് മാറ്റപ്പെടുന്ന നിമിഷം ഓർക്കുമ്പോൾ തന്നെ എനിക്ക് സങ്കടം വരുന്നു. സത്യമാ അമ്മച്ചി.”

“നിന്റെ ഉള്ള് പിടഞ്ഞു കത്തുമെന്ന് എനിക്കറിയാം. അതിൽനിന്നു തീയും പുകയും ഉയരുമെന്നും നീ തകർന്നു പോകുമെന്നും ഉറപ്പ്. പക്ഷേ, ഒരു തുള്ളി കണ്ണുനീർ ആ കണ്ണിൽനിന്നു പൊടിയില്ല. എല്ലാം ഉള്ളിലൊതുക്കുന്നതല്ലേ നിന്റെ പണ്ടേയുള്ള ശീലം. പിന്നെ, നിന്റെ ഭാര്യ സൂസമ്മ കരയും, പക്ഷേ, നാലാൾക്ക് മുന്നിൽ അലമുറയിട്ടു കരയാനൊന്നും അവൾക്കാകില്ല. സഭാകമ്പമുള്ളവർക്ക് നാലാളുടെ മുന്നിൽ രണ്ടുവാക്ക് പറയാൻ മാത്രമല്ല കരയാനും കഴിയില്ല. ആളുകളെ കാണുമ്പോൾ അവളുടെ സ്വരമടയത്തില്ലിയോ? മരണവീട്ടിലും ഒടുക്കത്തെ ലജ്ജ വരും. എഴുപതു വർഷം ജീവിച്ച ഈ മണ്ണുവിട്ടു പോകുമ്പോൾ, ഓർത്തു അലമുറയിടാൻ ആരുമില്ലെങ്കിൽ, ഈ ജീവിതത്തിനെന്തർത്ഥമാ സോബിച്ചാ. ഒരു കുഞ്ഞിന്റെയെങ്കിലും കണ്ണു നനഞ്ഞില്ലെങ്കിൽ ഞാൻ ഒരു മനുഷ്യസ്ത്രീയായി ജീവിച്ചു എന്നതിന് എന്തർത്ഥം?”

അറിയാവുന്ന ആശ്വാസവാക്കുകൾ മുഴുവൻ പറഞ്ഞ്, അന്നയമ്മച്ചിയെ ഒരുവിധം ശാന്തമാക്കി എന്നു സ്വയം ധരിച്ച് വീട്ടിലേക്ക് നടക്കുമ്പോൾ സോബിച്ചന്റെ മനസ്സിൽ അന്നയമ്മച്ചിയുടെ വാക്കുകൾ പലവുരു

മുഴങ്ങി. ഒരാളുടെ ജീവിതത്തിന്റെ നേർസാക്ഷ്യമാണ് മരണവീട്ടിലുയരുന്ന കരച്ചിൽ. ഒരാൾ ജീവിതത്തിൽ ചെയ്ത നന്മയുടെ, വീട്ടാൻ പറ്റാത്ത കടത്തിന്റെയൊക്കെ പ്രതീകമാണത്. താൻ ജീവിതത്തിൽ നിന്നു പടിയിറങ്ങുമ്പോൾ തന്നെയോർത്ത് സൂസമ്മ കരയുമോ? സ്കൂൾ വിദ്യാർത്ഥികളായ സഞ്ജുവും ജിഷയും കരയുമോ? തന്നെ ഓർത്തിരിക്കാൻ മാത്രം താൻ അവർക്ക് ചെയ്ത നന്മ എന്താണ്?. തന്റെ തുച്ഛ വരുമാന ജോലികൊണ്ട് അവരുടെ ആവശ്യങ്ങൾ പോലും ഭംഗിയായി നിറവേറ്റാൻ കഴിയുന്നില്ല എന്ന സത്യം അയാൾ വീണ്ടുമോർത്തു.

മനസ്സിൽ നിറഞ്ഞുനില്ക്കുന്ന ഒരു സഹായം ചെയ്ത ഒരാളുടെ വേർപാടു മാത്രമേ മനസ്സിൽ നീറ്റൽ ഉണ്ടാക്കുകയുള്ളുവെന്ന സോബിച്ചന്റെ കണ്ടെത്തൽ അമ്മച്ചി അടുത്ത ദിവസം ശരിവച്ചു. ജീവിതത്തിൽ ഒരു ഉപകാരവും ചെയ്തിട്ടില്ലാത്ത ഒരാളെ ഓർത്ത് കരയാൻ ആരുമുണ്ടാവില്ലെന്നത് മനസ്സിലാക്കാൻ സോബിച്ചൻ ഉദ്ദേശിച്ചതു പോലുള്ള സമയദൈർഘ്യം അന്നയമ്മച്ചി എടുത്തില്ല. അതിൻ പ്രകാരമുള്ള ആലോചനയിലാണ്, 'പ്രായമായ ഒരമ്മച്ചിക്കൊപ്പം മകളെപ്പോലെ കഴിയാൻ ഒരാളെ തേടുന്നുവെന്ന' പരസ്യം പ്രമുഖ പത്രത്തിൽ നല്കിയത്.

പരസ്യത്തിന്റെ തലക്കെട്ട് യഥാർത്ഥ ആവശ്യത്തെ പ്രതിഫലിപ്പിക്കാതെ പോയി എന്ന ആശങ്ക പിന്നീട് സോബിച്ചനു തോന്നിയെങ്കിലും ഇരുപത്തിയഞ്ചോളം പേർ പരസ്യത്തിൽ നല്കിയ മൊബൈലിൽ ബന്ധപ്പെട്ടിരുന്നു. അതിൽ പതിനഞ്ചുപേരും ഏകാകിയായി നാട്ടിൻ പുറത്ത് താമസിക്കുന്ന വൃദ്ധയോടൊപ്പം വന്നു താമസിക്കാൻ പലവിധ കാരണങ്ങൾ കൊണ്ടും ഒരുക്കമല്ലായിരുന്നു. അവശേഷിച്ച പത്തു പേരിൽ, ഭർത്താവ് ഉപേക്ഷിച്ച മട്ടിൽ കഴിയുന്ന വത്സമ്മയും അവരുടെ ഡിഗ്രിക്ക് പഠിക്കുന്ന അനുഷയെന്ന മകളും മാത്രമാണ് തങ്ങളുടെ ലക്ഷ്യത്തിനു അനുയോജ്യർ എന്ന അന്നയമ്മച്ചിയുടെ തീരുമാനം സോബിച്ചനും യുക്തമായി തോന്നി. ഭർത്താവ് എവിടെയെന്നു ചോദിച്ചപ്പോൾ, എന്തോ അവ്യക്തമായി പറഞ്ഞ് വത്സമ്മ പൊട്ടിക്കരഞ്ഞതു കണ്ടപ്പോൾ അന്നയമ്മച്ചി സോബിച്ചനെ നോക്കി ഇവൾ തെരഞ്ഞെടുക്കപ്പെട്ടിരിക്കുന്നുവെന്ന അർത്ഥത്തിൽ കണ്ണിറുക്കി. അമ്മ അലമുറയിട്ടു കരയാൻ തുടങ്ങിയപ്പോൾ ആശ്വസിപ്പിച്ചു കൊണ്ടിരുന്ന മകൾ അന്നയമ്മച്ചിയെ നോക്കി, അപ്പൻ ഞങ്ങളെ ഇട്ടേച്ച് പോയതാ എന്ന് ശബ്ദം താഴ്ത്തി പറഞ്ഞതു കേട്ട് യൗവ്വനം അവസാനിച്ചിട്ടില്ലാത്ത ആ സ്ത്രീ വീണ്ടും പൂർവ്വാധികം ഉച്ചത്തിൽ കരഞ്ഞു. വിഷാദ സുന്ദരമായ അവരുടെ കവിളിലൂടെ കണ്ണീർ ഒലിച്ചിറങ്ങുമ്പോൾ, അന്നയമ്മച്ചി ഏതോ മരണാനന്തര വിചാരങ്ങളിൽ മുഴുകിയിരുന്നു. ദുഃഖഭരിതയായി ഇരിക്കുന്ന നിരവധി ബന്ധുജനങ്ങളുടെ ഇടയിൽ ആർത്തലച്ചു കരയുന്ന ഒരു സ്ത്രീയുടെ മുഖം പരിമിതമായ തന്റെ ഭാവനാശക്തിയുടെ പിൻബലത്തിൽ ഓർത്തെടുക്കാൻ ശ്രമിക്കുകയായിരുന്നു അവർ. ആ ഭാവനാസഞ്ചാരത്തിന്റെ ഏതോ ഘട്ടത്തിൽ അവരുടെ മുഖം അപ

രിചിതമായൊരു തേജസ്സാൽ നിറഞ്ഞു. തന്റെ കാത്തിരിപ്പിനു ഫലമുണ്ടായി എന്ന ബോദ്ധ്യത്താൽ അവരുടെ കണ്ണുകൾ വിടർന്നു. ഇത്ര സുന്ദരിയായ വത്സമ്മയെ നിഷ്കരുണം ഉപേക്ഷിച്ച് മറ്റൊരു പെണ്ണിനെ ഭാര്യയാക്കുവാൻ ഒരുവനു തോന്നിയെങ്കിൽ, ആ പെണ്ണിന്റെ കിടപ്പറ വൈഭവവും, സൗന്ദര്യവും എന്തായിരിക്കുമെന്ന ആലോചനയിലായിരുന്ന സോബിച്ചൻ അന്നയമ്മച്ചിയുടെ മുഖത്ത് തെളിയുന്ന പ്രസാദാത്മകത കണ്ടില്ല.

"ദൈവമായിട്ട് കൊണ്ടു തന്നതാ ഇവളെ" എന്നു തിരികെ ടാക്സി കാറിൽ മടങ്ങുമ്പോൾ അന്നയമ്മച്ചി ഉരുവിട്ട വാചകം പിന്നീട് പല ജീവിത സന്ദർഭങ്ങളിലും അവർ ആവർത്തിച്ചു. ആദ്യമായിട്ട് കാണുന്ന ഒരാളെ കണ്ണുമടച്ച് വിശ്വസിക്കരുതെന്ന ടാക്സി ഡ്രൈവർ മോഹനേട്ടന്റെ വാക്കുകൾ അമ്മച്ചി കേട്ടതായി നടിച്ചില്ല. താൻ ഈ ലോകം വിട്ടു പോകുമ്പോൾ, തന്നെ ഓർത്ത് കരയാനും, മിഴി തുടയ്ക്കാനും, ഓർമ്മയിൽ തികട്ടി വരുന്ന ജീവിത സന്ദർഭങ്ങളിൽനിന്നു വിട്ടു പോരാനാവാതെ അലമുറയിടാനും പ്രാപ്തയായ ഒരാളെ ദൈർഘ്യം കുറഞ്ഞു വരുന്ന തന്റെ ആയുസ്സിനിടയിൽ കണ്ടുമുട്ടിയതിന്റെ ആത്മസന്തോഷത്തിലായിരുന്നു അവർ. സന്താന സൗഭാഗ്യമില്ലാത്ത സ്ത്രീക്ക് നീണ്ട കാത്തിരിപ്പിനു ശേഷം ഒരു കുഞ്ഞു ലഭിച്ചതു പോലുള്ള ഒരാഹ്ലാദമായിരുന്നു അത്.

പ്രത്യേക നിബന്ധനകളോ, ശമ്പള വ്യവസ്ഥയോ കൂടാതെ വത്സമ്മയും മകൾ അനുഷയും അന്നയമ്മച്ചിയോടൊപ്പം വന്നു താമസിക്കാൻ തുടങ്ങി. വർഷങ്ങളായി കാണാതിരുന്ന തങ്ങളുടെ ഒരു ബന്ധു അമ്മച്ചിയോടൊത്തു ജീവിക്കാൻ കഴിഞ്ഞതുപോലുള്ള സന്തോഷം അവരുടെ ചലനങ്ങളിൽ നിറഞ്ഞു. വിശ്വാസത്തിലും അഭിരുചിയിലും വലിയ വ്യത്യാസങ്ങൾ ഉണ്ടായിരുന്നില്ല. നാളുകളായി മുടങ്ങിക്കിടന്ന സന്ധ്യാപ്രാർത്ഥന അവർ വന്ന ദിവസം തന്നെ അമ്മച്ചി തുടങ്ങി. അമേരിക്കക്കാരുടെ വീട്ടിൽനിന്നു പതിവില്ലാതുയരുന്ന സ്തോത്ര ഗീതങ്ങളുടെ ശബ്ദം കേട്ട് അമ്മച്ചിയുടെ മക്കൾ വന്നിട്ടുണ്ടെന്നു അയൽവാസികൾ തെറ്റിദ്ധരിച്ചു. സമയാസമയങ്ങളിൽ ഭക്ഷണവും മരുന്നും നല്കാൻ ഒരാൾ ഉണ്ടായപ്പോൾ അമ്മച്ചി കൂടുതൽ കർമ്മനിരതയും ആരോഗ്യവതിയുമായി. പള്ളിയിലേക്ക് പോകാൻ കൂട്ടുണ്ടായതിനാൽ നേരത്തേതിൽ നിന്ന് വ്യത്യസ്തമായി ഒരു കുർബ്ബാനയും അവർ മുടക്കിയില്ല. ഡാളസ്സിൽ നിന്ന് സാമും ഹൂന്നജ്ജണിൽനിന്ന് ഇളയവൻ തോമസ്കുട്ടിയും ഫോൺ വിളിക്കുമ്പോൾ അനുഷ മോളുമായി സംസാരിക്കാൻ മറന്നില്ല. തങ്ങളുടെ അഭാവത്തിൽ അമ്മച്ചിയെ നോക്കാൻ നിങ്ങളേയുള്ളൂവെന്ന് തോമസ്കുട്ടിയുടെ ഭാര്യ മോളി കൃത്രിമമായി സൃഷ്ടിച്ച അമ്മായിയമ്മ സ്നേഹത്തോടെ പറഞ്ഞപ്പോൾ, അതൊക്കെ പ്രത്യേകിച്ച് പറയാനുണ്ടോയെന്ന് മൊഴിഞ്ഞു അനുഷേടമ്മ ഉദാരവതിയായി.

വൃദ്ധയായ ആ സ്ത്രീയുടെ ജീവിതം ഉറ്റവരും ഉടയവരുമായ

നിരവധി പേരുടെ സാന്നിദ്ധ്യത്താൽ ധന്യമാകുന്നതിൽ സോബിച്ചൻ സന്തോഷിച്ചു. വന്നുചേർന്നവർ കാണിക്കുന്ന ഈ ഗാഢസ്നേഹം അന്നയമ്മച്ചിയുടെ വിയോഗത്തിൽ അഗാധമായ മുറിവുകൾ മനസ്സിൽ സൃഷ്ടിക്കാൻ പര്യാപ്തമാണെന്ന് അയാൾക്കറിയാമായിരുന്നു. റബ്ബർ മരത്തെ മുറിപ്പെടുത്തി തീക്ഷ്ണമായ കണ്ണീരൊഴുക്ക് സൃഷ്ടിക്കാൻ വിദഗ്ദ്ധനായിരുന്ന അയാൾ താൻ രൂപം കൊടുത്ത പദ്ധതി ശുഭകരമായി നീങ്ങുന്നതിൽ നിഗൂഢമായി സന്തോഷിച്ചു.

അനുഷ കോളേജിൽ പോയി തിരികെ വരുന്നത് ഒരു ചെറുപ്പക്കാരന്റെ ബൈക്കിന്റെ പിന്നിലാണെന്ന്, വിശ്വസനീയമായ ആളിൽനിന്ന് ലഭിച്ച വിവരം അന്നയമ്മച്ചിയോട് സോബിച്ചൻ പറഞ്ഞത് അസ്വാരസ്യം കൂടാതെ കാര്യങ്ങൾ മുന്നോട്ട് പോകണമെന്ന ആഗ്രഹം കൊണ്ടായിരുന്നു. പക്ഷേ, ഈ ഓണംകേറാ മൂലയിലേക്കുള്ള ബസും കാത്ത് നില്ക്കുന്നതിൽ ഭേദമല്ലേ ആരുടെയെങ്കിലും വണ്ടിക്ക് വീടെത്തുന്നതെന്ന അമ്മച്ചിയുടെ മറുചോദ്യത്തിനു മുന്നിൽ അയാൾക്ക് താൻ ചെറുതാവുന്നതായി തോന്നി. താൻ വല്ലാതെ പിന്നോക്കം പോയി എന്ന ചിന്തയിൽ അയാൾ റബ്ബർപ്പാൽ ചിരട്ടപോലെ ചുരുങ്ങി. പ്രായമേറുന്തോറും മനസ്സുകൊണ്ട് ചെറുതാവുന്നതായ തോന്നൽ. അപരിചിതനായ ചെറുപ്പക്കാരൻ അനുഷയുടെ ഭാവി വരനാണെന്നതും ഇടയ്ക്ക് അവിടെ വരാറുണ്ടെന്നതും അയാൾ പിന്നീടറിഞ്ഞു.

പിന്നിട്ട ഒരു വർഷത്തിൽ മഴയൊഴിഞ്ഞ നാളുകൾ അപൂർവ്വമായേ ഉണ്ടായിരുന്നുള്ളു. മരത്തെ മുറിവേല്പിച്ച് കിട്ടുന്ന ആ വെളുത്ത പദാർത്ഥത്തിനു വില വല്ലാതെ ഇടിയുന്ന നാളുകൾ കൂടിയായിരുന്നു അത്. പലരും റബ്ബർ മരങ്ങൾ വെട്ടി മാറ്റിയിട്ട് മരച്ചീനിയോ മഹാഗണിയോ നട്ടു. ഉല്പന്നം വാങ്ങാൻ ആരുമില്ലെന്നറിഞ്ഞിട്ടും വെയിൽ പരക്കുന്ന പ്രഭാതങ്ങളിലെല്ലാം അയാൾ പഴയ ശീലത്തിൽ പണിക്കിറങ്ങി. മരം മുറിച്ചു കളഞ്ഞ് വെട്ടുകാരനെ പിരിച്ചയക്കാൻ അമേരിക്കയിൽനിന്ന് നിർദ്ദേശമുണ്ടായെങ്കിലും, അവനു വേറെ എന്തു പണിയറിയാമെന്ന ന്യായം നിരത്തി അമ്മച്ചി വിലക്കി. എന്നാൽ പണിക്കു പോകാതിരുന്ന അപൂർവ്വം നാളുകളിൽ പണ്ടത്തെ പോലെ സോബിച്ചനെ തിരക്കി അന്നയമ്മച്ചി വന്നില്ല. ജീവിതത്തിന്റെ രണ്ടറ്റങ്ങൾ കൂട്ടിമുട്ടിക്കാൻ പരിചയമില്ലാത്ത പലവിധ തൊഴിലുകൾ ചെയ്യാൻ അയാൾ നിർബ്ബന്ധിതനായി.

അന്നയമ്മച്ചി കുളിമുറിയിൽ തല കറങ്ങി വീണെന്ന വിവരം അനുഷ വന്നറിയിച്ചപ്പോഴാണ സോബിച്ചൻ ആ വീട്ടിലേക്ക് വീണ്ടും പോയത്. വിവരം പറഞ്ഞിട്ട് സങ്കടത്തിന്റെ ലാഞ്ഛനപോലുമില്ലാതെ അവൾ കോളേജിലേക്ക് പോകുന്നത് കണ്ടപ്പോൾ അയാൾക്ക് ഈർഷ്യ തോന്നി. ടാക്സിയിൽ അമ്മച്ചിയെ കയറ്റുമ്പോൾ, വത്സമ്മയെ ക്ഷണിച്ചെങ്കിലും അവർ എന്തുകൊണ്ടോ വന്നില്ല. “നിങ്ങളു പോയിട്ട് വന്നാട്ടെ. അയാള് വിളിച്ചിരുന്നു.” അവർ നിസ്സംഗതയോടെ പറഞ്ഞൊഴിഞ്ഞു.

ആരാണു വിളിച്ചതെന്നോ, എന്താണു കൂടെ വരാത്തതെന്നോ

ചോദിക്കാൻ കഴിയാത്ത വിധം പരവേശത്തിലായിരുന്നു സോബിച്ചൻ. "അമ്മച്ചിയേ, അമ്മച്ചിയേ.... കണ്ണൊന്നു തുറന്നാട്ടെ"യെന്നു അയാൾ ഉച്ചത്തിൽ പുലമ്പിക്കൊണ്ടിരുന്നു.

വെറുമൊരു ബോധക്കേടു മാത്രമേ അന്നയമ്മച്ചിക്ക് ഹോസ്പിറ്റലിലേക്ക് കൊണ്ടുപോകുമ്പോൾ ഉണ്ടായിരുന്നുള്ളു. ഹോസ്പിറ്റലിലേക്കുള്ള യാത്രാമദ്ധ്യേ കൺതുറന്നു "നീ എന്നെ എങ്ങോട്ടു കൊണ്ടുപോവാടാ, അവളെന്തിയേടാ" എന്നീ വാക്കുകൾ പറഞ്ഞെങ്കിലും, മറുപടി പറയുമ്പോഴേക്ക് വീണ്ടും ബോധം പോയി. ആശുപത്രിയിലെ എമർജൻസി വിഭാഗത്തിൽ പ്രവേശിപ്പിച്ച് അരമണിക്കൂറിനുള്ളിൽ മരണം സംഭവിച്ചു.

ഭാരിച്ച നിരവധി ഉത്തരവാദിത്വങ്ങളുടെ പട്ടികയുടെ ഒരു ഉൽക്ക വന്നു പതിച്ചവനെ പോലെ സോബിച്ചൻ പകച്ചു. ജീവിതത്തിൽ ആദ്യമായാണ് കൺമുമ്പിൽ ഒരു മരണം. അനുബന്ധ കാര്യങ്ങൾ ചെയ്തൊരു മുൻപരിചയമില്ല. പൂർത്തീകരിക്കേണ്ട കാര്യങ്ങളുടെ നീണ്ട പട്ടിക ഒഴിഞ്ഞ ബസിലേക്ക് തിക്കിത്തിരക്കി വന്നു കയറുന്ന യാത്രക്കാരെ പോലെ കടന്നുവരുന്നത് കണ്ട് അയാൾ പരിഭ്രമിച്ചു. ആരെയാണ് ഒരു സഹായത്തിനു വിളിക്കുകയെന്നറിയാതെ അയാൾ കുഴങ്ങി. ഇരുപതു കിലോമീറ്റർ അപ്പുറം അമ്മച്ചിയുടെ ഇളയാങ്ങളയുടെ മക്കൾ താമസമുണ്ട്. നിർഭാഗ്യവശാൽ അവരെ ബന്ധപ്പെടാനുള്ള ഒരു രേഖയും അയാളുടെ പക്കൽ ഉണ്ടായിരുന്നില്ല.

മരണവിവരം ഹോസ്പിറ്റലിൽ എത്തിയ നാട്ടുകാരിൽ ആരോ അയൽവാസികൾക്കു യഥാസമയം കൈമാറിയിരുന്നു. സന്ധ്യക്ക് ആംബുലൻസ് വീട്ടുപടിക്കലെത്തുമ്പോൾ, നിറയെ ആളുകൾ. കാര്യങ്ങളൊക്കെ ആരു ക്രമീകരിക്കുമെന്ന ഒരു ആശങ്ക എല്ലാവരുടേയും മുഖത്തും സോബിച്ചൻ വായിച്ചെടുത്തു.

ശവപ്പെട്ടി താങ്ങിക്കൊണ്ട് വീട്ടിലേക്കുള്ള പടികൾ കയറുമ്പോൾ, അയൽവാസി മാത്യൂസ് സോബിച്ചന്റെ കാതിൽ മന്ത്രിച്ചു:

"വീട്ടിൽ ആരുമില്ല, ആ സ്ത്രീ പോയി..."

ആ സ്ത്രീ വത്സമ്മ തന്നെയെന്നറിയാമെങ്കിലും, ഏതു സ്ത്രീയെന്ന മട്ടിൽ സോബിച്ചൻ അയാളുടെ മുഖത്തേക്കു നോക്കി.

"എവിടേക്കാണ് പോകുന്നതെന്നു പറഞ്ഞില്ല. നിങ്ങൾ അന്നച്ചേടത്തിയെയും കൊണ്ട് ഹോസ്പിറ്റലിൽ പോയി കഴിഞ്ഞപ്പോൾ ആ സ്ത്രീയുടെ ഭർത്താവാണെന്ന് പറഞ്ഞ് ഇവിടെ ഒരാൾ വന്നിരുന്നു. അയാളുടെ കൂടാ പോയത്. വീട്ടിലേക്ക് പോകുവാന്നാ പറഞ്ഞേ. അയാളെ കെട്ടിപ്പിടിച്ചുള്ള കരച്ചിൽ കേട്ടാ, അങ്ങേ പറമ്പിൽ ചീനിക്കു കാടു കളയുവാരുന്ന ഞാൻ ഓടി വന്നെ. എന്തൊരു കരച്ചിലായിരുന്നു. മോളെ കോളേജിൽനിന്ന് ഒപ്പം കൂട്ടുമെന്നു പറഞ്ഞു. യാതൊരു സാധനവും എടുത്തിട്ടില്ലാന്ന് അമ്മച്ചിയോട് പ്രത്യേകം പറയാൻ പറഞ്ഞു."

മാത്യൂസ് താക്കോൽ കൂട്ടം കൈയിലേക്ക് മാറിയപ്പോൾ ഭാരമുള്ള

വസ്തു താങ്ങിയത് പോലെ സോബിച്ചന്റെ കൈകൾ താണു. സിരകളിൽ മുഴുവൻ മരണത്തിന്റെ തണുപ്പ്. വരും നിമിഷങ്ങളെ എങ്ങനെ നേരിടണമെന്നറിയാത്തതിലുള്ള പിടിപ്പുകേട് ഉള്ളിൽ ഇരുട്ടുപോലെ നിറയാൻ തുടങ്ങി. അമ്മച്ചി ഭയപ്പെട്ടത് തന്നെ സംഭവിച്ചിരിക്കുന്നു. അസാധാരണമാം വിധം മൂകമായ ഈ സന്ധ്യയിൽ ഇങ്ങനെ കിടക്കേണ്ടി വരുന്നത് സ്വപ്നത്തിൽ കണ്ടിട്ടായിരിക്കും അമ്മച്ചി അന്ന് അലമുറയിട്ടതെന്ന് അയാൾക്ക് തോന്നി.

അന്നയമ്മച്ചിയുടെ ശവപേടകം വഹിച്ച് താഴെനിന്നുള്ള പടി കടന്നുവന്നവർ പരിക്ഷീണിതരായി കാണപ്പെട്ടു. വീട്ടിലെ വിളക്കുകൾ തെളിയിക്കാത്തതിൽ അവർ അരിശം പൂണ്ടു. “സന്ധ്യയായിട്ടും പൂമുഖത്തെ ലൈറ്റിടാതെ ഇവിടുത്തെ ആ പെണ്ണുമ്പിള്ളയും കൊച്ചും എവിടെ പോയെന്ന്” കൂട്ടത്തിലൊരുവൻ തൊള്ളയിട്ടു. ഉള്ളിലെ വാതിൽ തുറന്നു ലൈറ്റ് തെളിയിച്ച് “എന്റെ അമ്മച്ചിയേ, ഞങ്ങളെ ഇട്ടേച്ച് പോയോ” എന്ന വിലാപവചനവുമായി ഒരു മനുഷ്യജീവി വന്നിരുന്നെങ്കിലെന്നു സോബിച്ചൻ ആത്മാർത്ഥമായി ആഗ്രഹിച്ചു.

പള്ളിയിൽ വിവരമറിയിക്കാൻ മാത്യൂസ് പോയി. തിരികെ വരുമെന്നോ, വരില്ലെന്നോ പറയാതെ. ആളുകൾ ഒന്നൊന്നായി മടങ്ങിപ്പോയി. ഇരുട്ട് കൂടുതൽ കനത്തു.

നിറയുന്ന കണ്ണുകൾ തുടയ്ക്കാൻ മിനക്കെടാതെ വാതിൽ തുറന്നു മുറിക്കുള്ളിലെ ഇരുട്ടിലൂടെ തപ്പിത്തടഞ്ഞ് ഓർമ്മയിൽ നിന്നൊരു സ്വിച്ച് ബോർഡ് സോബിച്ചൻ തിരയാൻ തുടങ്ങി. അന്നയമ്മച്ചിയുടെ ആത്മാവ് സ്വർഗ്ഗമോ നരകമോ എന്ന ആധിയോടെ മരണാനന്തര യാത്ര ആരംഭിച്ചിരുന്നു.

പാപികളുടെ പട്ടണം

യൗവ്വനത്തിമിർപ്പിലായിരുന്നു ആ യുവതിയും യുവാവും. ലോകം ഒരു ആഢംബരക്കപ്പലാണെന്നും യാത്ര ഒടുങ്ങുംമുമ്പ് ആസക്തികളുടെയും സുഖത്തിന്റെയും വന്യതകളിൽ ആവോളം രമിക്കുന്നതാണ് ജീവിതമെന്നും വിശ്വസിച്ചവർ. തടസ്സമായി നിന്ന എല്ലാ ബന്ധങ്ങളെയും അവർ നിഷ്കരുണം അറുത്തെറിഞ്ഞു. അവർ തനിച്ചൊന്നുമായിരുന്നില്ല. പരിധികളുടെ ഏറ്റക്കുറച്ചിലുകളല്ലാതെ മറ്റൊന്നും ആരെയും വേർതിരിച്ചില്ല.

അവർ ഒത്തുചേരുന്നതിന് മുമ്പ് യുവതി മറ്റൊരാളുടെ ഭാര്യയായിരുന്നു. യുവാവ് മറ്റൊരുവളുടെ ഭർത്താവും. ആറുമാസവും രണ്ടു വയസ്സും പ്രായമുള്ള രണ്ടു കുട്ടികളുടെ പിതാവുമായിരുന്നു. ഒരു വൈകുന്നേരം യാദൃച്ഛികമായി കണ്ടുമുട്ടിയ അവർ ഒരുമിക്കാൻ തീരുമാനിച്ചതോടെ തടസ്സമായി നിന്ന നാല് ജീവനുകൾ ലോകത്തിൽ നിന്നു പൊലിഞ്ഞു. ഓഫീസ് വിട്ടുവരുകയായിരുന്ന യുവതിയുടെ ഭർത്താവ് സഞ്ചരിച്ച വാഹനം ട്രക്കിനടിയിൽപ്പെടുകയായിരുന്നെങ്കിൽ, അമ്മയെയും കുഞ്ഞിനെയും വിഷം അകത്തു ചെന്ന് മരിച്ച നിലയിൽ കാണപ്പെടുകയായിരുന്നു. ജീവിതം അർമ്മാദപൂർവ്വം മുന്നോട്ട് പോകുമ്പോഴാണ്, മനുഷ്യനു കൈയടക്കാനാവാത്തതായി എന്താണുള്ളതെന്ന് അവർ അന്യോന്യം ചോദിച്ചത്. ക്രൂരതയുടെയും തിന്മയുടെയും ഉടയോൻ സ്ഥാനം മനുഷ്യനു മാത്രം അവകാശപ്പെട്ടത്. അങ്ങനെയാണ് സാത്താനെ കൗശലപൂർവ്വം സന്ധിക്കാൻ അവർ തീരുമാനിച്ചത്.

ആദ്യമൊന്നും സാത്താൻ വഴങ്ങിയില്ലെങ്കിലും ഒടുവിൽ സമ്മതിക്കുകയായിരുന്നു. യുവതിയുടെയും യുവാവിന്റെയും ജഡമോഹങ്ങളുടെ അതീവ ലോലവും ഒപ്പം അമാനുഷികതയോട് അടുത്തതുമായ

തിന്മയുടെ പുളയലുകൾ സാത്താനെയും പ്രലോഭിപ്പിക്കുന്നതായിരുന്നു. എനിക്ക് ചിലത് നിന്നോട് സ്വകാര്യമായി പറയാനുണ്ടെന്ന പെണ്ണിന്റെ കിന്നാരം സാത്താനെയും ഇളക്കി. ഞാൻ ആർക്കും പൂർണ്ണമായി എന്നെ വെളിപ്പെടുത്തിയിട്ടില്ല എന്നൊക്കെയുള്ള സാത്താന്റെ മറുവാദങ്ങൾ സാവധാനം അയഞ്ഞു. എങ്കിലും അവൻ അവരുടെ കണ്ണുകൾക്ക് മുന്നിൽ വെളിപ്പെട്ടിരുന്നില്ല.

നഗരത്തിന്റെ തിരക്കുകൾക്കിടയിൽ നിന്നൊഴിഞ്ഞ ഒരിടത്ത് വരുന്ന വാരാന്ത്യ സന്ധ്യയിൽ. യുവാവ് വിശദമായി പറഞ്ഞ സ്ഥലത്തോടും സമയത്തോടും സാത്താൻ മറുത്തൊന്നും പറയാതെ പൊരുത്തപ്പെട്ടു.

“തിരക്കിൽ നിന്നൊക്കെ ഒഴിഞ്ഞ ഒരിടം എന്ന് പറഞ്ഞപ്പോൾ ഇത് പോലൊരു ഓണംകേറാമൂല ആയിരിക്കുമെന്ന് കരുതിയില്ല.”

യുവതിയുടെ വാക്കുകളിൽ ഈർഷ്യയുടെ പതിഞ്ഞ മണമുണ്ടായിരുന്നു. അവരുടെ കാർ അപ്പോൾ നഗരത്തിലേക്കുള്ള പ്രധാന പാതയിൽനിന്ന് ഇടത്തോട്ട് തിരിഞ്ഞ് വീതി കുറഞ്ഞതും കുണ്ടും കുഴികളുമുള്ള ഇടറോഡിലൂടെ മുന്നോട്ട് പോകുകയായിരുന്നു. യാത്ര സുഖകരമല്ലാതായി മാറിയതോടെ യുവതി അസ്വസ്ഥയായി.

“എത്രയോ നല്ല സ്ഥലങ്ങൾ ഈ നഗരത്തിലുള്ളപ്പോൾ ഇത്ര ഗതികെട്ട സ്ഥലം നീയെന്തിനു തെരഞ്ഞെടുത്തു. ഏതെങ്കിലും മുന്തിയ ഹോട്ടലിൽ, റിസോർട്ടിൽ, കുറഞ്ഞ പക്ഷം വൃത്തിയുള്ള ബീച്ചിൽ. ഒരു വിശിഷ്ടാതിഥിയെ സ്വീകരിക്കാൻ കണ്ടെത്തിയ സ്ഥലം കൊള്ളാം.”

മനോഹരമായ ഒരു കായൽത്തീരത്ത് തന്നെ നമുക്ക് സംഗമിക്കാം എന്ന പുരുഷന്റെ മറുപടി ഒരു സാന്ത്വന വാക്ക് മാത്രമായി യുവതി തെറ്റിദ്ധരിച്ചെങ്കിലും, വേലിപ്പടർപ്പിനും മരച്ചാർത്തിനും ഇടയിലൂടെ നോക്കിയപ്പോൾ സ്വപ്നം പോലെ ഇളകുന്ന കായൽജലം അവൾ കണ്ടു. “ഹായ്, ശാന്തമായ കായൽത്തീരം... അവിടെയിരുന്നു കാറ്റ് കൊള്ളാൻ തോന്നുന്നു. ഇത്തിരി നേരം അവിടിരുന്നാലോ?”

സാത്താനെ കണ്ട് തിരികെ വരുമ്പോൾ “തീർച്ചയായും” എന്ന് യുവാവ് മറുവാക്ക് പറഞ്ഞു.

നഗരത്തിന്റെ തിരക്കുകളിൽനിന്ന് ഒഴിഞ്ഞുള്ള, പാതിവഴിയിൽ പണി ഉപേക്ഷിച്ചു പോയ ഒരു ഫ്ളാറ്റ് സമുച്ചയത്തിന്റെ മട്ടുപ്പാവിൽ വച്ചായിരുന്നു സാത്താനുമായുള്ള കൂടിക്കാഴ്ച നിശ്ചയിച്ചിരുന്നത്. ഏതോ പണിക്കുറ്റം മൂലം അമ്പേ ചരിഞ്ഞു പോയ കോൺക്രീറ്റ് കാടായിരുന്നു അത്. കായൽത്തീരത്ത് ഏതാനും വാര മാത്രം അകലെ. കെട്ടിട ഉടമ ആ നിർമ്മിതിയിൽ തൂങ്ങി മരിച്ചതിനെ തുടർന്ന് ആരും അവിടേക്ക് പോകാറില്ലായിരുന്നു. പകൽസമയത്ത് അവിടെ തമ്പടിക്കാൻ ശ്രമിച്ച ചില സാമൂഹ്യ വിരുദ്ധർ ആ കെട്ടിടത്തിൽ പ്രേതബാധയുള്ളതായി സ്ഥിരീകരിച്ചിരുന്നു. ഒരാൾ പൊക്കത്തിൽ വളർന്ന കാടിനിടയിലൂടെയുള്ള കഷ്ടിച്ച് കടന്നു പോകാവുന്ന വഴിത്താരയിലൂടെ നടന്നു വേണ്ടിയിരുന്നു ആ കെട്ടിടത്തിനുള്ളിലേക്ക് കടക്കാൻ. യുവാവിന് തന്റെ

തെരഞ്ഞെടുപ്പിലെ കുറ്റബോധം സ്വയം ന്യായീകരിക്കാനെന്നവണ്ണം പറഞ്ഞു.

"ഇത്രമാത്രം അന്ധകാരം നിറഞ്ഞ ഒരിടമായിരിക്കും ഇതെന്ന് ഞാൻ കരുതിയില്ല. ഇതുവഴി പോയപ്പോഴുള്ള ഓർമ്മയിൽ നിശ്ചയിച്ചതാണ്. അതുകൊണ്ട് ഗുണമുണ്ടായി. സാത്താൻ വന്നു നിന്നാൽ ആരുടെയും കണ്ണിൽപ്പെടുകയില്ല. മനുഷ്യനും മൃഗവും ചേർന്നുള്ള ആ രൂപവും കൊമ്പും വാലുമെല്ലാം ഈ പൊന്തക്കാട് മറച്ചോളും."

ചരിത്രാതീത കാലത്തെ ആത്മബന്ധമായിരുന്നെങ്കിലും മനുഷ്യന് സാത്താനെ നേരിൽക്കണ്ട ഓർമ്മയുണ്ടായിരുന്നില്ല. സ്വയം വെളിപ്പെടുത്താൻ വിമുഖതയുള്ള സാത്താന് മനുഷ്യന്റെ ആരാധനയും യാഗവും എല്ലാം ഏറ്റുവാങ്ങി കാണാമറയത്ത് നില്ക്കാനായിരുന്നു താല്പര്യം.

തടവുകാരനാക്കപ്പെട്ട കെട്ടമണമുള്ള വായുവായിരുന്നു ആ സൗധത്തിന്റെ മുറികളിൽ. മുകളിലേക്ക് കയറുമ്പോൾ വർദ്ധിച്ചുവരുന്ന മൂകത. മരക്കഷണങ്ങളും കമ്പിയും സിമന്റ് കട്ടകളും എവിടെയും ചിതറിക്കിടന്നു. ഉപയോഗിച്ച് വലിച്ചെറിഞ്ഞ കോണ്ടവും മടക്കി വെച്ച പുല്പായയും അവിടെ ആൾസാന്നിദ്ധ്യം മാത്രമല്ല ഉണ്ടായിരുന്നുവെന്നതിന്റെ സൂചന നല്കി. വവ്വാലുകൾ എവിടെയൊക്കെയോ ചിറകടിക്കുന്നു. മാറാലകൾ ചിലപ്പോൾ കാഴ്ചയിൽ കുരുങ്ങി. നിശ്ശബ്ദമായ കാൽവെപ്പുകളോടെ ഇരുവരും മുകളിലെ നിലയിലേക്ക് നടന്നു. അപ്പോൾ അതുവരെ ഇല്ലാതിരുന്ന ഭീതി അവരെ വലയം ചെയ്തു.

യുവാവ് ചോദിച്ചു. "ഈ സാത്താൻ കാഴ്ചയ്ക്ക് എങ്ങനെയിരിക്കും?"

"നീയല്ലേ, പാതി മനുഷ്യനും, പാതി മൃഗവുമാണെന്ന് പറഞ്ഞത്?"

"അതിനു ഞാൻ കണ്ടിട്ടില്ലല്ലോ?"

"പിന്നെ ആര് പറഞ്ഞറിഞ്ഞു?"

"ആവോ...എവിടെയോ കേട്ടതാ..."

"എവിടെ?"

"അറിയില്ല. ചിലപ്പോൾ വായിച്ചതായിരിക്കും."

"എവിടെ?

നീയെന്നെ ക്രോസ് വിസ്താരം ചെയ്യാതെ. മിണ്ടാതെ നടക്ക്.."

"ഞാൻ നിന്റെ അടിമയല്ല..."

ഒരു നിമിഷത്തെ മൗനത്തിനു ശേഷം യുവാവ് സ്വയം ചോദിച്ചു.

"ഇനി അവൻ അരൂപിയായിരിക്കുമോ? തൂണിലും തുരുമ്പിലും നിറഞ്ഞിരിക്കുന്നുണ്ടാവുമോ?" അതിനുത്തരം പറയാതെ മുന്നിൽപ്പോയ യുവതി കുനിഞ്ഞ് താഴെ പൊടിപടലത്തിലേക്ക് നോക്കിനിന്നു.

"നീയെന്താ നോക്കുന്നെ?"

"രക്തം... അവന്റെ അങ്കിയിൽനിന്നോ, തേറ്റപ്പല്ലിൽനിന്നോ രക്തം ഇറ്റിറ്റ് ഇവിടെ നനഞ്ഞോ എന്ന് നോക്കുവാരുന്നു. മണ്ണിനു ഒരു പശപ്പ്. അവൻ മുമ്പേ വന്നിട്ടുണ്ടോയെന്നു അറിയാമല്ലോ?"

അവർ ബദ്ധപ്പെട്ട് ആ കോൺക്രീറ്റ് ശിഖരത്തിന്റെ മുകളിലെത്തിയപ്പോൾ കണക്ക് കൂട്ടലിനെ മുഴുവൻ തെറ്റിച്ചുകൊണ്ട് ഒരാൾ അവിടെ നില്ക്കുന്നു. താഴത്തെ നഗരക്കാഴ്ചകളിൽ കണ്ണുനട്ട്, മുടിയും താടിയും വളർത്തിയ ഒരു മദ്ധ്യവയസ്കൻ. കണ്ണുകളിലേക്ക് നോക്കുമ്പോൾ ലോകത്തിന്റെ മറുകരയിലേക്ക് നോക്കുമ്പോലെ. ഇരുവരും എന്ത് ചെയ്യുമെന്നറിയാതെ വിഷണ്ണരായി. ഈ രഹസ്യ സങ്കേതത്തിൽ മൂന്നാമത് ഒരാളെ തീരെ പ്രതീക്ഷിച്ചിരുന്നില്ല. ഇതേ കാരണംകൊണ്ട് സാത്താൻ വരാതിരിക്കാം.

"നിങ്ങൾ ആരെയാണ് അന്വേഷിക്കുന്നത്?"

"ഇല്ല.. ആരെയും അന്വേഷിക്കുന്നില്ല.. വെറുതെ കാഴ്ച കാണാൻ വന്നതാ. ഇവിടെനിന്ന് കായലിന്റെ ചില ഷോട്ട് എടുക്കണം..." യുവാവ് പറഞ്ഞു.

"നിങ്ങൾ തന്നെയല്ലേ എന്നെ കാണണമെന്ന് വാശി പിടിച്ചത്?"

ഇരുവരുടെയും മനസ്സിലൂടെ ഒരേ വാൾ കടന്നുപോയി. ഒരുനിമിഷം തകർത്ത് തരിപ്പണമായിപ്പോയി. അനുയോജ്യമായ മറുപടിക്കായി അവർ പരതി. മനസ്സിൽ കരുതിയിരുന്ന വാക്ശരങ്ങൾ യഥാവിധം അവതരിപ്പിക്കാനുള്ള കരുത്ത് ചോർന്നുപോകുന്നതുപോലെ.

കനക്കാൻ തുടങ്ങിയ സന്ധ്യ. താഴെ വർണ്ണങ്ങളുടെ പുഴയായി വാഹനങ്ങൾ പ്രധാന നിരത്തിലും ഇടവഴിയിലൂടെയും ഒഴുകിക്കൊണ്ടിരുന്നു. കരിനീല മേഘങ്ങൾ അന്തരീക്ഷത്തിന്റെ അടുക്കുകളിൽ ഒരു കലാശക്കൊട്ടിനുള്ള ജലകണങ്ങൾ നിറച്ചു.

"നീയാണ് സാത്താനെന്ന് ഞങ്ങൾക്കറിയില്ലായിരുന്നു. മറ്റൊരു രൂപത്തിലാണ് നിന്നെ ഭാവന ചെയ്തത്." യുവതി കൃത്രിമമായി വരുത്തിയ സ്നേഹഭാവത്തിൽ പറഞ്ഞു.

നീ മനസ്സിൽ കണ്ട രൂപമിതല്ലേ എന്ന് പറഞ്ഞതും സാത്താൻ കൊമ്പും വാലുമുള്ള ഒരു വിചിത്ര ജീവിയായി മാറ്റപ്പെട്ടു. രക്തം ഇറ്റുവീഴുന്ന നാവും അനങ്ങുന്ന വാലും. തീഗോളം പോലെ ജ്വലിക്കുന്ന കണ്ണുകളിൽ തന്റെ രൂപം പ്രതിഫലിക്കുന്നത് കണ്ട് യുവതി ഭയന്ന് അലറിവിളിച്ചു. യുവാവ് ഒന്നിനുമാവാതെ നിന്നു.

അടുത്തനിമിഷം സാത്താൻ തന്റെ പൂർവ്വരൂപം കൈവരിച്ചു മൃദുവായി ചിരിച്ചു.

"ഞൊടിയിടയിൽ രൂപം മാറാനുള്ള നിന്റെ കഴിവ് അപാരം തന്നെ." മുഖവുരകളില്ലാതെ യുവാവ് കാര്യത്തിലേക്ക് കടന്നു. "എന്നാൽ അത് മാത്രം പോരല്ലോ? നീ ഇപ്പോൾ നടത്തിയ ആൾമാറാട്ടത്തിന്റെ വേഗതയിലാണ് കാലം മാറുന്നത്. മനുഷ്യനുമായി ബന്ധപ്പെട്ട് നില്ക്കുന്നതെല്ലാം മിന്നൽ വേഗത്തിൽ മാറി മറിയുന്നു. ആകാശത്തിൻ കീഴിൽ മാറാതിരിക്കുന്നത് നീ മാത്രം. രൂപമാറ്റത്തിന്റെ കാര്യമല്ല. നിന്റെ തന്ത്രങ്ങൾ, ഉപദേശങ്ങൾ.... എല്ലാം കാലഹരണപ്പെട്ടത്. പുതിയ കാലത്തിന്റെ വെല്ലുവിളിയെ നേരിടാനുള്ള കരുത്ത് അവയ്ക്കില്ല."

നിന്ദയുടെയും പരിഹാസത്തിന്റെയും മഹാപ്രവാഹം പോലെ വാക്കുകൾ ഉരുവിട്ടതിന് ശേഷം പുരുഷൻ സാത്താന്റെ പ്രതികരണത്തിനായി കാത്തു. ഒന്നും മിണ്ടാനാവാതെ, തീർത്തും അപ്രതീക്ഷിതമായതെന്തോ സംഭവിച്ച മട്ടിൽനിന്ന സാത്താനെ കണ്ടപ്പോൾ അവന് വീണ്ടും പെരുത്തു. പറഞ്ഞതൊന്നും പോരായിരുന്നു എന്ന തോന്നലിൽ അവൻ ജ്വലിച്ചു.

യുവാവിന്റെ ചിന്താബാധ ഏറ്റുവാങ്ങിയ യുവതി പറഞ്ഞു: "ഇണയെ തൃപ്തിപ്പെടുത്താനുള്ള ശേഷി നഷ്ടപ്പെട്ട കാമുകന്റെ ഗതികേടാണ് നിനക്ക്. അതേ ആത്മനിന്ദയും കുറ്റബോധവും നിന്റെ മുഖത്തുണ്ട്."

"അതിന് അവനൊരു ഇണയുണ്ടായിട്ടു വേണ്ടേ? രതിയെന്നത് അവന്റെ ദിവാസ്വപ്നം മാത്രം. ചിലപ്പോൾ അങ്ങനെയൊന്ന് സങ്കല്പിക്കാൻ പോലുമാവില്ല, പാവത്തിന്!" പരനിന്ദയുടെ പരകോടിയിൽനിന്ന യുവാവ് യുവതിയെ കാമപൂർവ്വം ചേർത്തുപിടിച്ചു.

പെട്ടെന്ന് മഴ പൊടിഞ്ഞെങ്കിലും എന്തോ കണ്ടു ഭയന്നപോലെ പിൻവാങ്ങി. സന്ധ്യാപ്രകാശം അസ്തമിക്കുന്നു. വിദൂരതയിലുള്ള ഫാക്ടറിയിൽനിന്ന് അടുത്ത ഷിഫ്റ്റിനുള്ള സൈറൺ മുഴങ്ങി.

നേരിട്ടു കണ്ട് ചിലത് മുഖത്ത് നോക്കി പറയണമെന്ന് നേരത്തെ തീരുമാനിച്ചതിനാൽ എന്ത് പറഞ്ഞ് തുടങ്ങണമെന്ന കാര്യത്തിൽ യുവാവിനും യുവതിക്കും ആശയക്കുഴപ്പം ഉണ്ടായിരുന്നില്ല. ആദ്യമുണ്ടായ അങ്കലാപ്പ് അവർ അനായാസം മറികടന്നു. ഉള്ളിൽ തിളച്ചു മറിഞ്ഞതായിരുന്നു അധരത്തിൽ വിളയാടിയത്. വാക്കുകൾ കൊണ്ട് എതിരാളിയെ മുറിവേല്പിക്കാൻ കഴിയുമ്പോഴൊക്കെ അവർ തീവ്രമായ ആത്മസംതൃപ്തി അനുഭവിച്ചു.

അനുദിനം വർദ്ധിച്ചുവരുന്ന തിന്മയുടെ വിതരണത്തിൽ സാത്താൻ പരിക്ഷീണനായിരുന്നു. രാവും പകലും വേർതിരിവില്ലാത്ത പണിത്തിരക്ക്. നിറവേറ്റേണ്ടുന്ന ഉത്തരവാദിത്വങ്ങളുടെ പട്ടിക ഒരോ ദിവസവും കഴിയുമ്പോൾ പതിനായിരം മടങ്ങായി പെരുകുകയാണ്. മനുഷ്യൻ ആഗ്രഹിച്ചതിന്റെ എത്രയോ ഇരട്ടിയായി നല്കി. എന്നിട്ടും തിന്മയിലെ പൂർണ്ണത എന്നത് മരീചികയായി നില്ക്കുന്നു. സഹായത്തിനായി നിശ്ശബ്ദം കേഴുന്ന മനുഷ്യജീവികളെ പൂർണ്ണമായി തൃപ്തിപ്പെടുത്താൻ കഴിയാത്ത അവസ്ഥയുണ്ടെന്നത് സാത്താനും അറിയാമായിരുന്നു. അതുകൊണ്ട് മുന്നിലെത്തിയ ആവലാതി പാടെ അവഗണിക്കാൻ അവനു കഴിഞ്ഞില്ല. പ്രപഞ്ചം മുഴുവൻ നിറഞ്ഞുനില്ക്കുന്ന തന്റെ മുമ്പിൽനിന്ന് പുൽക്കൊടിക്ക് തുല്യമായ മനുഷ്യൻ ചിലയ്ക്കുന്നത് അരോചകമായിരുന്നുവെങ്കിലും അവൻ ഭൂമിയോളം ക്ഷമിച്ചു.

"പരാധീനതകളും പരാജയങ്ങളും മാത്രം കൈമുതലായുള്ള നിന്നെ നായകനായി അംഗീകരിക്കാൻ പ്രയാസമാണ്. ഉയർച്ചയ്ക്ക് ഉതകുന്നതൊന്നും നല്കാൻ നിനക്കാവുന്നില്ലെങ്കിൽ നായകൻ എന്ന് എന്തിനു

വിളിക്കണം? ചരിത്രാതീത കാലത്ത് പൂർവ്വികർ ഉണ്ടാക്കിയ കൂട്ടുകെട്ട് ഞങ്ങൾ ഇതാ വിച്ഛേദിക്കുന്നു.”

മനുഷ്യൻ നിലപാടുകൾ കടുപ്പിക്കുന്നത് സാത്താൻ കൗതുകത്തോടെ കണ്ടു. തന്റെ മുന്നിലൂടെ പിച്ചവെച്ച് നടന്നവൻ. താൻ കൈപിടിച്ചുയർത്തിയവൻ.

സംവത്സരങ്ങൾക്ക് മുമ്പുള്ള ഇളംചൂടുള്ള പ്രഭാതം സാത്താൻ ഓർക്കുകയായിരുന്നു. പാമ്പിന്റെ രൂപത്തിൽ ഏദൻതോട്ടത്തിന്റെ ഉള്ളിൽ കയറിയത്. സ്ത്രീയെയും അവളുടെ പുരുഷനെയും ദൈവസദൃശ്യർ ആക്കാമെന്ന് മോഹിപ്പിച്ച് പുറംലോകത്തിലേക്ക് കൊണ്ടുവന്നത്. അവരെ മോഷണവും കൊലപാതകവും യുദ്ധവും വ്യഭിചാരവും വഞ്ചനയും അസൂയയും ചതിയും പകയും അഹങ്കാരവും ചെയ്യാൻ പ്രാപ്തരാക്കിയത്. എല്ലാം ശിശുവിനെയെന്നവണ്ണം ശീലിപ്പിച്ചത്. എല്ലാ തിന്മയിലും ഉയരങ്ങളിലെത്തിച്ചത്.

ഇന്നലെവരെ മനുഷ്യൻ ആജ്ഞാനുവർത്തി മാത്രമായിരുന്നു. നന്മക്കെതിരായ യുദ്ധത്തിൽ അവനെന്നുമുണ്ടായിരുന്നു. അണുബോംബും യുദ്ധവും ക്ഷാമവും അവനുവേണ്ടി സൃഷ്ടിച്ചു. കടൽ ചീറിവരുന്നത് പോലെ രക്തച്ചൊരിച്ചിൽ. കൊടുങ്കാറ്റ് പോലെ മഹാ കഷ്ടതകൾ, വ്യാധികൾ, സങ്കടങ്ങൾ. മനുഷ്യൻ ഒരിക്കലും തൻെറ കഴിവിൽ സംശയിച്ചിട്ടില്ല. ഏറ്റുമുട്ടാനും അരിഞ്ഞുതള്ളാനും വെട്ടിപ്പിടിക്കാനുമുള്ള കെല്പ്. രക്തബന്ധങ്ങളെ വിസ്മരിച്ച് രസിക്കാനുള്ള മനസ്സ്. സ്വന്തം രക്തത്തിൽ കുരുത്തതിനെ തീച്ചൂളയിലേക്ക് വലിച്ചെറിയാനുള്ള മനഃകരുത്ത്. ഒരിക്കലും തന്റെ കരങ്ങൾ താങ്ങാൻ കെല്പില്ലാത്തതാണെന്ന് തോന്നാൻ ഇടയാക്കിയിട്ടില്ല. അവന്റെ കുലത്തിൽ നിന്നാരെങ്കിലും താനുമായി കലഹിക്കാൻ വന്നിട്ടില്ല. ചോദിക്കുന്നതിലും നിനയ്ക്കുന്നതിലും എത്രയോ അധികമായി നല്കിയിട്ടും മനുഷ്യതൃഷ്ണ എന്താണ് തേടുന്നതെന്നു സാത്താന് സങ്കല്പിക്കാനായില്ല. താൻപോലും കാണാത്ത ക്രൂരതയുടെ കാണാപ്പുറങ്ങളോ?

നിനക്ക് വേണ്ടുന്നതെല്ലാം ഞാൻ നല്കിയില്ലേ, എന്തിന് വേണ്ടിയാണ് നീ വീണ്ടും വാശി പിടിക്കുന്നതെന്ന ചോദ്യത്തിൽ സാത്താന്റെ ഭയം ഒളിച്ചിരിക്കുന്നത് യുവതിയും യുവാവും തിരിച്ചറിഞ്ഞു.

‘‘ഞങ്ങൾ നേടിയ നേട്ടങ്ങളെല്ലാം എന്തിന് നിന്റെ പേരിൽ ചേർക്കുന്നു? ഞങ്ങൾ നടത്തിയ ഘോര യുദ്ധങ്ങൾ, രക്തച്ചൊരിച്ചിലുകൾ, എല്ലാം നിൻെറ സ്മാരകങ്ങൾ! അജയ്യനാകാനുള്ള പരിശ്രമത്തിൽ നീയൊരു തടസ്സം. ഈ പ്രപഞ്ചത്തിൽ നന്മയുടെയും തിന്മയുടെയും രണ്ടു ധ്രുവങ്ങൾ മാത്രം മതി. ദൈവ സദൃശ്യനാവാൻ മോഹമില്ല. പക്ഷേ, തിന്മയുടെ സിംഹാസനത്തിൽ ഇരിക്കാൻ യോഗ്യർ ഞങ്ങൾ. നീണ്ട സംവത്സരങ്ങളിലെ തിന്മയുമായുള്ള സഹവാസം ഞങ്ങളെ അതിന് പ്രാപ്തരാക്കുന്നു. നിരന്തരമായ പരിശീലനത്തിലൂടെ നേടിയെടുക്കാൻ കഴിയാത്ത എന്ത് പദവിയാണുള്ളത്?”

യുവാവിന്റെ ചോദ്യത്തിന് മുന്നിൽ സാത്താൻ നിശ്ശബ്ദനായി. നിലനില്പ് തന്നെ അപകടത്തിലാകുന്ന അവസ്ഥയാണ്. ജീവിതത്തിൽ ആദ്യമായി ഉൾവലിഞ്ഞു സങ്കടപ്പെട്ട അവൻ ദയനീയമായി മനുഷ്യന്റെ മുഖത്തേക്ക് നോക്കി. തന്റെ ബുദ്ധിക്ക് പ്രവർത്തിക്കാനൊരിടമായിരുന്ന മനുഷ്യനെ നഷ്ടപ്പെടുമ്പോൾ താനാണ് ഇല്ലാതാവുന്നത്. തെരഞ്ഞെടുപ്പിന് കഴിവുള്ളവനേ നന്മയെ നേരിടാനാവൂ. നക്ഷത്രങ്ങൾക്കും വൃക്ഷലതാദികൾക്കും മൃഗങ്ങൾക്കും അതിനാവില്ല. ചരാചരങ്ങളിൽ വെച്ച് ഉദാത്തനായ മനുഷ്യൻ തുണച്ചില്ലെങ്കിൽ താനില്ല. മനുഷ്യൻ നന്മ ചെയ്യാൻ തുനിഞ്ഞാലോ, താനായി മാറാൻ ശ്രമിച്ചാലോ തടുക്കാൻ തനിക്കാവില്ല. പിന്നീട്, കീർത്തികേട്ട സ്വജീവിതം വെറും പാഴ്വസ്തു.

യുവതിയും യുവാവും ഇതിനോടകം ചിലത് ഉറപ്പിച്ചു. വെറും കൈയോടെ ഒരു തിരിച്ചുപോക്ക് വയ്യ. നന്മയുടെ അംശം മനുഷ്യകുലത്തിൽനിന്ന് അനുനിമിഷം ചോർന്നുപോവുന്ന അവസ്ഥയിൽ അവർക്ക് ദുഃഖമുണ്ടായിരുന്നില്ല. തിന്മയുടെയും ഹിംസയുടെയും ശീലങ്ങൾ രക്തത്തിലുള്ളതിനാൽ സാത്താനിലേക്കുള്ള അകലം കുറയുന്നു. നരകത്തിന്റെ മേധാവിത്വമാണ് സ്വർഗ്ഗത്തിലെ സേവയെക്കാൾ നല്ലത്. കിട്ടാത്തതിനെ മോഹിക്കുന്നതിനേക്കാൾ എത്രയോ എളുപ്പമാണ് കൈയെത്തുന്ന അകലത്തിലുള്ളത് സ്വായത്തമാക്കുന്നത്. ഇനിയും ഒരവസരം ഒത്തു വരുകയില്ല. എത്രയോ നാളിന് ശേഷമാണ് സാത്താനെ കാണാൻ തന്നെ കഴിയുന്നത്. എല്ലാ ബന്ധനവും ഇന്നു തന്നെ വെടിയണം. ആകാശത്തിനു കീഴിലുള്ള എല്ലാ മനുഷ്യർക്കും വേണ്ടിയാണ് തങ്ങൾ നിലകൊള്ളുന്നതെന്ന വിചാരമായിരുന്നു ഇരുവർക്കും.

താഴെ വശ്യസുന്ദരമായ നഗരം ഒരു ജലച്ഛായ ചിത്രം പോലെ. ചരിത്ര സംഗമത്തിന് സാക്ഷിയായ ചന്ദ്രൻ ചിരി തൂകി. കായലിൽനിന്ന് വീശുന്ന കാറ്റിന് തണുപ്പ് കൂടി വന്നെങ്കിലും സാത്താൻ വിയർത്തു. ആത്മബലം ചോരുന്ന അനുഭവം. പിള്ളാരൊരുക്കിയ ഈ അഴിയാക്കുരുക്കിൽനിന്ന് രക്ഷനേടാൻ അവൻ പഴയ തന്ത്രം തന്നെ വീണ്ടുമെടുത്തു. സ്ത്രീയോട് മാത്രമായി സംസാരിക്കുക. യുവാവിലെ സ്ഥലകാല ബോധം കെടുത്തി, വരാൻ പോവുന്ന പദവിയെക്കുറിച്ചുള്ള ഒരായിരം സ്വപ്നങ്ങൾ വിതച്ച്, സ്ത്രീയോട് കാതരമായി മന്ത്രിച്ചു.

"അല്ലയോ സ്ത്രീയെ... എനിക്കും, നിനക്കും തമ്മിൽ ഏറെയുണ്ട്. ആദിയിൽ, നിന്റെ പൂർവ്വിക ഏദനിൽ വച്ച് വിലക്കപ്പെട്ട വൃക്ഷഫലം എൻെറ പ്രേരണയിലാണ് കഴിച്ചതെന്ന് നിനക്കും അറിയാമല്ലോ! ഈ ലോകത്തിലെ സമസ്ത സൗഭാഗ്യങ്ങളും നീയറിഞ്ഞത് ഏദൻതോട്ടം വിട്ടത് കൊണ്ട് മാത്രം. ആ തോട്ടത്തിൽ ചുറ്റിത്തിരിയാതെ നിന്റെ ജീവിതം ഞാൻ കാത്തു. ലോകത്തിലേക്ക് നിന്നെ കൊണ്ടുവന്നത് പ്രപഞ്ചറാണിയായി വാഴിക്കാനാണ്. എന്നാൽ പുരുഷൻ എല്ലാക്കാലത്തും നിന്നെ അടിമയാക്കി. അവന്റെ സുഖഭോഗത്തിന്റെ ഇരയാക്കി. അവനില്ലാതെയും നിന്റെ ആനന്ദം പൂർത്തിയാകും. അവനെ

ഒഴിവാക്കുമെങ്കിൽ ഇന്ന് മുതൽ നീ പ്രപഞ്ചറാണി. ഇത് എന്റെ വാക്ക്."

പറഞ്ഞു തീരും മുമ്പേ, അതിദ്രുതം പിന്നിൽ നിന്ന യുവാവിന്റെ വലതുകാൽ സാത്താന്റെ പുറത്തു വീണു. ഘോരമായ തൊഴിയിൽ കാലിനടിയിലെ ഭൂമി പറിഞ്ഞ് ഛിന്നഭിന്നമാകുന്നതായി സാത്താന് തോന്നി. ആദ്യ തൊഴിയിൽ ഭൂമിയും രണ്ടാം തൊഴിയിൽ പാതാളവും പിന്നിട്ട സാത്താൻ, പ്രപഞ്ചത്തിന്റെ വിസ്തൃതികൾ അതിലംഘിച്ച് അഗാധങ്ങളിലേക്ക് പതിച്ചു കൊണ്ടിരുന്നു. അനാദിയിൽ, ദുരമൂത്ത തന്നെ ദൈവം ശപിച്ച് പാതാളത്തിലേക്ക് വലിച്ചെറിഞ്ഞതിന്റെ ഓർമ്മ ആ വീഴ്ചയിൽ അവനിൽ വിങ്ങി. ഇത് അതിനും അപ്പുറമായിരുന്നു. കൊടും വീഴ്ചയിൽ നില തെറ്റി കത്തിത്തീർന്നുകൊണ്ടിരിക്കുന്ന ഉൽക്കപോലെ സ്ഥലകാലങ്ങളിൽ അവൻ വിഹ്വലനായി. പാതാളങ്ങൾക്കുമപ്പുറം വെണ്മയുടെ ഒരു തുണ്ട് തന്നെ താങ്ങിയെങ്കിലെന്ന് അവൻ വെറുതെ ആശിച്ചു.

(*മെട്രോ മിറർ പുരസ്കാരം*, 2016)

ഇൻഫന്റ് ജീസസ് ബോർഡിങ് സ്കൂൾ

(അവർ പോയ ശേഷം കർത്താവിന്റെ ദൂതൻ യോസഫിനു സ്വപ്നത്തിൽ പ്രത്യക്ഷനായി: നീ എഴുന്നേറ്റു ശിശുവിനെയും അമ്മയെയും കൂട്ടിക്കൊണ്ട് മിസ്രേമിലേക്ക് ഓടിപ്പോയി; ഞാൻ നിന്നോട് പറയുംവരെ അവിടെ പാർക്കുക. ഹെരോദാവ് ശിശുവിനെ നശിപ്പിക്കേണ്ടതിനു അവനെ അന്വേഷിപ്പാൻ ഭാവിക്കുന്നു എന്ന് പറഞ്ഞു. മത്തായി 2:13)

അസാധാരണമായ വിധം മഞ്ഞും തണുപ്പുമുള്ള പുലർച്ചയായിരുന്നു അത്. ഇൻഫന്റ് ജീസസ് ബോർഡിങ് സ്കൂളിന്റെ കവാടത്തിന് മുന്നിലെ ഭൂഗോളത്തിന് മീതെയായി ഉറപ്പിച്ച് നിർത്തിയ ഉണ്ണിയേശുവിന്റെ പ്രതിമ പോലും ഈറനണിഞ്ഞ് വിറങ്ങലിച്ചു നില്ക്കുന്നു. പുതിയ അദ്ധ്യയന വർഷത്തിന്റെ ഭാഗമായി മതിലും ഗേറ്റുമൊക്കെ പുതിയ പെയിന്റ് തേച്ച് മോടിപിടിപ്പിച്ച കൂട്ടത്തിൽ ഉണ്ണിയെയും നിറങ്ങൾ ചാർത്തിയിരുന്നു. ചന്തയിൽ സുലഭമായി കിട്ടുന്ന കുഞ്ഞു പൂച്ചെടികളുടെ അന്തക വിത്ത് നട്ടു നനച്ച് ഭൂഗോളത്തിന് ചുറ്റും പൂക്കളൊരുക്കാനും മാനേജ്മെന്റ് പ്രത്യേകം ശ്രദ്ധിച്ചിരുന്നു.

ഇൻഫന്റ് ജീസസ് ബോർഡിങ് സ്കൂൾ ആ നഗരത്തിലെ പ്രശസ്തമായ സ്കൂളാണെന്നത് പൊതുവേ എല്ലാവരും അംഗീകരിച്ചിരുന്നു. നഗരഹൃദയത്തിൽനിന്ന് അധികം അകലെയല്ലാതെ ഒരു കുന്നിൻചെരുവിലായിരുന്നു അതിന്റെ സ്ഥാനം. നഗരത്തിന്റെ വിദ്യാഭ്യാസ മേഖലയിൽ വലിയ സ്വാധീനമായിരുന്നു ആ സ്കൂളിന്. സംസ്ഥാനം ഭരിച്ച പ്രമുഖ രാഷ്ട്രീയ പാർട്ടികളുടെ നേതാക്കളും ഉയർന്ന ഉദ്യോഗസ്ഥരും ആ സ്കൂളിന്റെ പൂർവ്വവിദ്യാർത്ഥികളായിരുന്നു. നഗരത്തിന്റെ പ്രധാന ബസ്

സ്റ്റേഷനിൽനിന്നും നിരവധി ഹൗസിങ് കോളനികളിൽനിന്നും അതിരാവിലെ ഇൻഫന്റ് ജീസസ് എന്ന ബോർഡ് വെച്ച് സ്കൂൾബസ് സർവ്വീസ് നടത്തുന്നുണ്ട്. നഗരത്തിന്റെ പല ഭാഗങ്ങളിൽനിന്ന് നോക്കിയാലും മലഞ്ചരിവിലുള്ള ആ സ്കൂളിന്റെ കമാനം കാണാം. ആ സ്കൂൾ അവിടെ സ്ഥിതിചെയ്യുന്നതുകൊണ്ട് മാത്രമായിരുന്നു അവിടുത്തെ ഭൂമിയുടെ വില ഉയർന്നത്. വൻകിട റിയൽഎസ്റ്റേറ്റ് കമ്പനികൾ അവിടെ ഫ്ളാറ്റ് സമുച്ചയങ്ങളും ആധുനിക വില്ലകളും തീർത്തിരുന്നു. രാജഭരണ കാലത്ത്, വിദേശ മിഷനറിമാരാൽ സ്ഥാപിക്കപ്പെട്ട സ്കൂൾ ഒരു പ്രബല ക്രിസ്ത്യൻ സഭയുടെ ചുമതലയിലാണ് ഇപ്പോൾ. ലക്ഷങ്ങൾ കോഴ വാങ്ങിയായിരുന്നു അവിടെ പലരും ഒരു സീറ്റ് കരസ്ഥമാക്കിയത്. തങ്ങളുടെ കുട്ടികൾക്ക് ആ വിദ്യാലയത്തിൽ പ്രവേശനം കിട്ടിയാൽ അവരുടെ ഭാവി സുരക്ഷിതമായിരിക്കുമെന്നു ഏറിയപങ്ക് മാതാപിതാക്കളും കരുതി.

അന്നുരാവിലെ വാച്ച്മാൻ തോമസ് സ്കൂളിന്റെ വിശാലമായ വാതിൽ തുറക്കുമ്പോൾ, ഒരു മദ്ധ്യവയസ്കനും കൂടെ ചെറിയ കുട്ടിയും അവിടെ കാത്ത് നില്ക്കുന്നതാണ് കണ്ടത്. ഏതോ പണിസ്ഥലത്തു നിന്നും വന്ന മട്ടിൽ മദ്ധ്യവയസ്കന്റെ വസ്ത്രം മുഷിഞ്ഞിരുന്നെങ്കിലും താരതമ്യേന വൃത്തിയുള്ള ട്രൗസറും ഇളം നീല ഷർട്ടുമായിരുന്നു കുട്ടിയുടെ വേഷം. ഏതോ വഴിയാത്രക്കാരായിരിക്കും എന്നു തോമസ് വിചാരിച്ചു. സ്കൂളിനു മുന്നിലൂടെ പോകുന്ന റോഡ് നഗര കേന്ദ്രത്തിലേക്കുള്ളതാണ്. സമീപത്ത് ബസ് സ്റ്റോപ്പുള്ളതിനാൽ യാത്രക്കാരിൽ ചിലർ ബസു വരാൻ താമസിക്കുന്ന നേരങ്ങളിൽ ഉണ്ണിയേശുവിനെ വണങ്ങി അവിടെ നില്ക്കാറുണ്ട്. അവരിലാരെങ്കിലും ആണെന്ന് കരുതി അയാൾ അവരെ കാര്യമായി ശ്രദ്ധിച്ചില്ല. പക്ഷേ, വാതിൽ തുറന്നപാടെ, അയാളെ അമ്പരപ്പിച്ച് പുറത്ത് ചുറ്റിപ്പറ്റി നിന്ന മദ്ധ്യവയസ്കനും കുട്ടിയും ധൃതിയിൽ അകത്തേക്ക് കടന്നു.

“എന്നതാ ഇത്....എന്തോ വേണം” തോമസ് സ്വതവേയുള്ള കാർക്കശ്യ സ്വരത്തിൽ ചോദിച്ചു.

“പൊന്നുസാറേ, ഇത്തിരി അലിവ് കാണിക്കണം. ഇതു മകനാ... ഇമ്മാനുവേൽ.. ആറ്റുനോറ്റിരുന്നു ഉണ്ടായതാ.... അവനെ ഈ സ്കൂളിൽ ചേർക്കാൻ വേണ്ടി കൊണ്ടുവന്നതാ.” അയാൾ പറഞ്ഞു.

“അതിനു ഇത്ര രാവിലെ വരുന്നത് എന്തിനാ. ഓഫീസൊക്കെ തുറക്കാൻ ഇനിയും സമയമുണ്ട്. ഇപ്പോ പോയാട്ടെ..”

“ഇന്നിനി പോയിട്ട് കാര്യമില്ല സാറെ. ഇന്നത്തേക്ക് അവധിയെടുത്തിരിക്കുവാ.”

ആരെങ്കിലും തന്നെ സാറെന്നു വിളിക്കുന്നത് ആദ്യമായിട്ടായിരുന്നുവെന്നു അയാൾ ഓർത്തു.

സ്വന്തം വാഹനത്തിലോ, ടാക്സിയിലോ അല്ലാതെ ആരും ഇന്നേവരെ ആ സ്കൂളിലേക്ക് വന്നത് തോമസിന്റെ ഓർമ്മയിലുണ്ടായിരുന്നില്ല.

സമൂഹത്തിൽ ഉയർന്ന സ്ഥാനം വഹിക്കുന്നവരുടെ കുട്ടികളാണു പൊതുവേ അവിടെ പഠിക്കുന്നത്. കെ ജി ക്ലാസുകളിലേക്കുള്ള പ്രവേശനം നടക്കുന്ന ഇന്ന് നിരവധി വാഹനങ്ങൾ അധികം താമസിയാതെ ഇപ്പോൾ തുറക്കപ്പെട്ട വാതിലിലൂടെ അകത്തേക്ക് വരാൻ തുടങ്ങും. തോമസിന് ഇന്ന് ചാകരയാണ്. വില കൂടിയ കാറിലും മറ്റും വരുന്നവർക്ക് സന്ദർശകർക്കുള്ള പാർക്കിങ് കാണിച്ചു കൊടുത്തും, ഭവ്യതയോടെ വാതിൽ തുറന്നു കൊടുത്തും നിന്നാൽ വല്ലതും തടയുന്ന ദിവസം. ഓരോ വർഷവും സ്കൂൾ ഫീസ് വർദ്ധിപ്പിക്കുന്ന മാനേജ്മെന്റിന് തന്റെ ശമ്പള വർദ്ധനയുടെ കാര്യം വരുമ്പോൾ കാട്ടുന്ന തികഞ്ഞ ഉദാസീനതയെ അയാൾ മധുരമായി മറികടക്കുന്നത് അങ്ങനെയാണ്.

"എന്താ പേര്?"

"ജോസഫ്"

"ജോലി?"

"തച്ചനാ..." ഒന്ന് നിർത്തി അയാൾ വിശദീകരിച്ചു. "മരപ്പണിക്കാരൻ"

കുട്ടിയുടെ പ്രായം മനസ്സ് കൊണ്ട് കണക്കു കൂട്ടിയതിനു ശേഷം തോമസ് ചോദിച്ചു.

"ഇമ്മാനുവേൽ നേഴ്സറി എവിടെയാ പഠിച്ചേ?"

"അയ്യോ ഇല്ല, ഇമ്മാനുവേൽ സ്കൂളിൽപോയിട്ടില്ല. അവനെ സ്കൂളിൽ ചേർക്കേണ്ട സമയമായപ്പോൾ, നാട് വിട്ട് മാറി താമസിക്കേണ്ടി വന്നു."

പറയുന്നത് ബോദ്ധ്യം വരാത്തതുപോലെ തോമസ് ജോസഫിന്റെ മുഖത്തേക്ക് നോക്കി.

"വീടിനു മുന്നിലെ പാടം നികത്താൻ സ്ഥലത്തെ ഒരു രാഷ്ട്രീയക്കാരൻ ഒത്താശ ചെയ്തപ്പോൾ സഹിക്കാൻ വയ്യാഞ്ഞിട്ട് കുറുകെ നിക്കേണ്ടിവന്നു. പിന്നെ അവന്റെ ശിങ്കിടികളുടെ അടിയായി, തൊഴിയായി, പണിയെടുക്കാൻ പോലും വിടില്ലെന്നായി. ഒടുവിൽ ഊരുവിലക്കായി. ഞാനൊരു പാവം മരപ്പണിക്കാരൻ. അവന്റെ പാർട്ടി ഊരുവിലക്കിയാൽ എന്തുചെയ്യാൻ പറ്റും? ആരെങ്കിലും പണിക്ക് വിളിച്ചാലല്ലേ നമുക്ക് ജീവിക്കാൻ പറ്റൂ. ഒടുവിൽ പിറന്ന നാട് ഉപേക്ഷിക്കേണ്ടിവന്നു. ഇതു വലിയ നഗരമല്ലിയോ! വലിയ വലിയ ഓഫീസുകളും, വീടുകളും ഉള്ള സ്ഥലം. ഇവിടാവുമ്പം പണിക്കു കുറവ് വരില്ലല്ലോയെന്നു കരുതി. പെട്ടിയും പ്രമാണവും, പെമ്പ്രോന്നോത്തി മേരിയുമായി ഒരു രാത്രിയിങ്ങ് പോന്നു. കുഴപ്പമില്ലാതെ പോണു."

നൂറുകണക്കിനു മാതാപിതാക്കൾ ആ സ്കൂളിൽവന്നു പോവുന്നത് കണ്ടിട്ടുണ്ടെങ്കിലും പതിവു ചിട്ടവട്ടങ്ങളെല്ലാം തെറ്റിച്ചു കൊണ്ട് ഒരാൾ രംഗപ്രവേശം ചെയ്യുന്നത് ഇതാദ്യമാണ്. അതിരാവിലെ ഒരു ഭ്രാന്തനെയാണോ തനിക്ക് കണികാണാൻ കിട്ടിയതെന്ന് തോമസ് സങ്കടപ്പെട്ടു. എന്നാൽ, വിടുവായത്തം പറയുന്നതിന്റെ യാതൊരു ലക്ഷണവും ജോസഫിന്റെ മുഖത്തുനിന്ന് വായിച്ചെടുക്കാനായില്ല എന്നത് അയാളെ

കുഴക്കി. തന്റെ മനസ്സിലെ സംശയമൊന്നും പുറമേക്ക് പ്രകടിപ്പിക്കാതെ അയാൾ പറഞ്ഞു.

"എന്റെ പേര് തോമസ്. കഴിഞ്ഞ ഇരുപത് കൊല്ലമായി ഞാനിവിടുത്തെ വാച്ച്മാനാ.. ആ അനുഭവം കൊണ്ടു പറയുവാ എന്നെയും നിങ്ങളെയും പോലുള്ളവരുടെ കുട്ടികൾക്ക് പഠിക്കാൻ പറ്റിയ സ്കൂളല്ലിത്. ഫീസും മറ്റു ചെലവുകളും നമ്മുടെ കൊക്കിൽ ഒതുങ്ങുന്നതല്ല. ഒരു കൊല്ലത്തെ ഫീസ് തന്നെ രണ്ടു ലക്ഷത്തിൽ ചില്വാനം വരും. അതൊക്കെ താങ്ങാൻ സാധാരണക്കാരനു പറ്റുമോ?"

ഫീസിനെകുറിച്ചോർത്ത് അശേഷം വ്യാകുലപ്പെടാതെ ജോസഫ് പറഞ്ഞു:

"പണിയെടുത്ത് എങ്ങനെയെങ്കിലും മുടങ്ങാതെ ഫീസ് ഞാനടച്ചോളാം സാറെ. ഇംഗ്ലീഷ് മീഡിയത്തിൽ പഠിച്ച് കണ്ണുതെളിഞ്ഞാൽ അവനെങ്കിലും രക്ഷപ്പെടുമല്ലോ. ഇവനെ ഇവിടെ ചേർക്കാൻ സാറൊന്നു മനസ്സ് വയ്ക്കണം."

മകനെ ചേർത്തുപിടിച്ച് തന്നോട് കെഞ്ചുന്ന അയാളെ തോമസ് ആശ്ചര്യത്തോടെ നോക്കി.

"ഞാനല്ല അതൊന്നും നിശ്ചയിക്കുന്നത്..." സംസാരം നീട്ടാൻ താല്പര്യമില്ലാത്തതുപോലെ അയാൾ പറഞ്ഞു.

"ആരാണെന്നു വച്ചാ സാറൊന്നു പരിചയപ്പെടുത്തി തരണം. പറഞ്ഞല്ലോ, ഞാൻ ഈ നാട്ടുകാരനല്ല... ഇന്ന് ക്ലാസ് തുടങ്ങുവാന്നൊരു ബോർഡ് കവലയിൽ കണ്ടായിരുന്നു."

"അതൊക്കെ ശരിയാ... പക്ഷേ, ആ കുട്ടികളൊക്കെ നേരത്തെ നടന്ന എഴുത്ത് പരീക്ഷയിലും ഇന്റർവ്യൂവിലും ജയിച്ചവരല്ലിയോ? ഇവിടെ ചേരുന്നതിനു ചില രീതികളുണ്ട്. അതൊക്കെ വഴിയെ പിന്നെ പറയാം. ഇപ്പോം പോയാട്ടെ. സ്കൂൾബസ് വരാൻ സമയമായി. ഏതാനും മിനിറ്റുകൾ കഴിഞ്ഞാൽ ടീച്ചേഴ്സ് വരും, ഓഫീസ് സ്റ്റാഫ് വരും. യു കെ ജിയിൽ പ്രവേശനം കിട്ടിയ കുട്ടികളുമായി അവരുടെ മാതാപിതാക്കൾ വരും. അതിനൊക്കെ മുൻപ് പ്രിൻസിപ്പൾ ഗബ്രിയേൽ സാർ ഇതു വഴി കറങ്ങും. സാറൊരു കർക്കശക്കാരനാ. അനുവാദമില്ലാതെ ആരെങ്കിലും ഈ മണ്ണിൽ കാലു കുത്തിയാ അപ്പോ അദ്ദേഹം അറിയും.. പിന്നെ ഉള്ള ചീത്ത ഞാൻ കേൾക്കേണ്ടിവരും. അത് കൊണ്ട് ഇപ്പോ പോയാട്ടെ."

"എങ്ങോട്ടേക്കുള്ള പോക്കിന്റെ കാര്യമാ സാറുദ്ദേശിക്കുന്നത്. വീട്ടിലേക്കോ അതോ നാട്ടിലേക്കോ? നാട്ടിലേക്ക് ചെല്ലുന്ന നിമിഷം എന്നെ കൊല്ലുമെന്നാ രാഷ്ട്രീയക്കാരന്റെ അണികൾ പറയുന്നെ! അന്നം തന്ന ആ പാടം നികത്തുന്നത് കാണാൻ എനിക്ക് വയ്യ. അതിലും ഭേദം ഇവിടെ തന്നെ കഴിയുന്നതാ. ജീവന് ഭീഷണിയുള്ളത് കൊണ്ടാണ് പിറന്ന മണ്ണിനെയും, ബന്ധുക്കളെയും ഉപേക്ഷിച്ച് ഓടിപ്പോന്നത്. ഇമ്മാനുവേലിനെ സ്കൂളിൽ ചേർത്തില്ലെങ്കിലും വേണ്ടില്ല, തിരിച്ച് പോക്ക്, അത് വയ്യ....." വരും വരായ്കകൾ ഭയപ്പെടുത്തിയ മനസ്സോടെ

ജോസഫ് പറഞ്ഞു.

ഈ നഗരത്തിൽ കഴിയുന്ന ഒരു ബന്ധുവിന്റെ വിലാസവുമായി ഇറങ്ങി പുറപ്പെട്ട അകലെയല്ലാത്ത രാത്രി ജോസഫ് അപ്പോൾ ഓർക്കുകയായിരുന്നു. മഴ കോരിച്ചൊരിയുന്ന രാത്രിയായിരുന്നു അത്. ബസും ട്രെയിനും കേറിയാണു ഇവിടെയെത്തിയത്. എല്ലാവരും ട്രെയിനിൽ കയറുന്നത് ആദ്യമായിട്ടായിരുന്നു. ബന്ധുവിനെ കണ്ടുമുട്ടിയെങ്കിലും അയാളിൽനിന്ന് ഏതാനും ദിവസം കഴിയാനുള്ള ഒരിടം മാത്രമേ ലഭിച്ചുള്ളൂ. ഏറെ ബദ്ധപ്പാടുകൾക്കു ശേഷമാണ് ഒരു മുറിയും അടുക്കളയും ഉള്ള താമസസ്ഥലവും ജോലിയും കണ്ടെത്തിയത്. അപ്പോഴേക്കെയും, ഇമ്മാനുവേലിനെ സ്കൂളിൽ ചേർക്കേണ്ടേയെന്നു മേരി ഓർമ്മിപ്പിച്ചു കൊണ്ടേയിരുന്നു. ഇപ്പോഴാണ് സാവകാശം ലഭിച്ചത്. കഴിഞ്ഞദിവസം പണി കഴിഞ്ഞു പോകുമ്പോഴാണ് ഇവിടെ കെ ജി ക്ലാസുകളിലേക്ക് പ്രവേശനം ആരംഭിച്ചിരിക്കുന്നു എന്ന ബോർഡ് കണ്ടത്. സഹജോലിക്കാരോട് തിരക്കിയപ്പോൾ സ്ഥലത്തെ മുന്തിയ സ്കൂളാണിതെന്നറിഞ്ഞു. ഇവിടെ പഠിച്ചാൽ ഒരു കരപറ്റാമത്രെ!

നിഷ്കളങ്കനായ ഈ ഗ്രാമീണനെ എങ്ങനെ കാര്യങ്ങൾ പറഞ്ഞു മനസ്സിലാക്കുമെന്നായിരുന്നു തോമസ് ആലോചിച്ചത്. എന്തായാലും ഓഫീസ് തുറക്കുന്നതു വരെ ഗേറ്റിനോട് ചേർന്നുള്ള തന്റെ കുടുസ്സു മുറിയിൽ ഇരിക്കാൻ അയാൾ അവരെ അനുവദിച്ചു.

അരണ്ടു പെയ്യാൻ തുടങ്ങിയ മഴയെ വക വെയ്ക്കാത, മുറ്റത്തിനരികിലെ പൂവുകളുടെ മനോഹാരിത നോക്കി നില്ക്കുകയാണു ഇമ്മാനുവേൽ. ഓമനത്വം തുളുമ്പുന്ന കുട്ടി. ഈ കുട്ടിയെ താൻ മുൻപ് കണ്ടിരിക്കുന്നുവെന്നു തോന്നിയെങ്കിലും, എവിടെ വെച്ചാണെന്ന് പെട്ടെന്ന് ഓർമ്മിച്ചെടുക്കാൻ അയാൾക്ക് കഴിഞ്ഞില്ല. തന്റെ ഏതെങ്കിലും, ബന്ധുവീട്ടിലോ, അയൽപക്കത്തെ വീട്ടിലോ, മറ്റേതെങ്കിലും പൊതു സ്ഥലത്ത് വച്ചോ താൻ അവനെ നോക്കി നിന്നിട്ടുണ്ട്. തന്റെ മൂന്ന് പെൺമക്കളുടെ ഇളയ ആങ്ങളയായി അവൻ തന്റെ കുടുംബത്തിൽ ഉണ്ടായിരുന്നുവെങ്കിലെന്നു അയാൾ ആശിച്ചു. തനിക്ക് പിറക്കാതെ പോയ മകൻ...

അപാരമായ നിഷ്കളങ്കതയുടെ ഒരല അപ്പോൾ തോമസിന്റെ ഹൃദയത്തെ തൊട്ടു. ഇമ്മാനുവേൽ..... അയാൾ അത്യന്തം വാത്സല്യത്തോടെ കുട്ടിയെ വിളിച്ചു. അവൻ അയാളുടെ അരികിലേക്ക് ഓടി വന്നു. എനിക്ക് ഇവിടെ പഠിക്കാൻ ഒരവസരം തരില്ലേ എന്ന യാചനാ ഭാവത്തിൽ തന്നെ നോക്കി നില്ക്കുന്ന ഇമ്മാനുവേൽ. പുലർവെളിച്ചം പ്രതിഫലിപ്പിക്കുന്ന അവന്റെ കണ്ണുകൾ തന്റെ മനസ്സിന്റെ അഗാധതകളിൽ സ്പർശിക്കുന്നു. ഓമനത്ത്വം തുളുമ്പുന്ന ആ കവിളുകളിൽ വാത്സല്യ മുത്തം കൊടുക്കാൻ അയാളിലെ പിതൃഹൃദയം പിടഞ്ഞു.

നഗരത്തിന്റെ വിവിധ കോണിൽനിന്നുള്ള കുട്ടികളുമായി അതിനോടകം ഇൻഫന്റ് ജീസസിന്റെ സ്കൂൾബസുകൾ വന്നു

തുടങ്ങിയിരുന്നു. കുട്ടികൾ ബസുകളിൽ നിന്നിറങ്ങി അച്ചടക്കത്തോടെ അവരവരുടെ ക്ലാസിലേക്ക് പോയി.

കാറിലും ബൈക്കിലും വന്ന അദ്ധ്യാപകർ ഗേറ്റിനരികിൽ നില്ക്കുന്ന ജോസഫിനെയും ഇമ്മാനുവേലിനെയും സംശയത്തോടെ ഒരു നിമിഷം സൂക്ഷിച്ചു നോക്കി കടന്നു പോയി. താമസിയാതെ സ്കൂൾ ബെൽ മുഴങ്ങുകയും ക്ലാസുകൾ ആരംഭിക്കുകയും ചെയ്തു. സ്കൂൾ പതിവിൻപടി ഉഷാറായി. രാവിലെയുണ്ടായിരുന്ന കരിമേഘങ്ങൾ ഒഴിഞ്ഞ് മാനം തെളിഞ്ഞു. ഇളം വെയിൽ എങ്ങും പരന്നു. ജോസഫും മകനും അപ്പോഴും എന്ത് ചെയ്യണമെന്നറിയാതെ വാതിൽക്കൽത്തന്നെ നില്ക്കുകയായിരുന്നു.

യു കെ ജി ക്ലാസിലേക്കുള്ള കുട്ടികളുടെ പ്രവേശന ദിവസം ആയിരുന്നു അന്ന്. നേരത്തെ നടന്ന ഇന്റർവ്യൂവിലും പരീക്ഷയിലും പാസായ കുട്ടികൾ രക്ഷിതാക്കളോടൊപ്പം പുതിയ വസ്ത്രങ്ങളും ബാഗും ധരിച്ച് അവരവരുടെ ക്ലാസിലേക്ക് പോകുന്നത് ഇമ്മാനുവേൽ കൊതിയോടെ നോക്കി നിന്നു.

“എനിക്കും അവരോടൊപ്പം ക്ലാസിലേക്ക് പോകാൻ കഴിയുമോ അപ്പാ?” ഇമ്മാനുവേൽ ചോദിച്ചു.

“തീർച്ചയായും.. അതിനാണല്ലോ നമ്മൾ രാവിലെ തന്നെ ഇവിടേക്ക് വന്നത്.” ജോസഫ് അത് പറഞ്ഞെങ്കിലും ആ ശബ്ദത്തിനു നേരത്തെയുണ്ടായിരുന്ന ഉറപ്പുണ്ടായിരുന്നില്ല.

മിടുക്കനായ ഈ കുട്ടിക്ക് ഏതു സ്കൂളിലും പ്രവേശനം നല്കേണ്ടതാണെന്ന കാര്യത്തിൽ തോമസിനു സംശയമുണ്ടായിരുന്നില്ല. കുട്ടിയുടെ മിടുക്കിനപ്പുറത്ത് പല ഘടകങ്ങളുണ്ടെന്നു അയാൾക്കറിയാം. അതൊന്നും തുറന്നു പറയാൻ വെറുമൊരു വാച്ച്മാനായ താൻ ആളല്ല എന്നയാൾ ഓർത്തു. അവരെ ഉടനെ തന്നെ അഡ്മിഷന്റെ കാര്യങ്ങൾ നോക്കുന്ന ശാലിനി മാഡത്തിന്റെ അരികിലേക്ക് കൊണ്ടുപോവാൻ അയാൾ തീരുമാനിച്ചു.

രാവിലെയുള്ള കാത്തിരിപ്പ് മൂലമാകാം ഇമ്മാനുവേലിന്റെ പ്രസരിപ്പിന് ഇടിവ് വന്ന പോലെ തോമസിന് തോന്നി. അവനെ വാത്സല്യത്തോടെ ചേർത്ത് പിടിച്ച് എണ്ണമയം പുരണ്ടിട്ടില്ലാത്ത അവന്റെ മുടിയിഴകളിലൂടെ വിരൽ ഓടിച്ചു കൊണ്ട് അയാൾ ചോദിച്ചു.

“രാവിലെ നീ എന്ത് കഴിച്ചു?”

ഇമ്മാനുവേൽ ഒന്നും മിണ്ടിയില്ല.

“നിനക്ക് ബിസ്കറ്റും ചായയും വേണോ?”

കഴിക്കാനോ കുടിക്കാനോ ഒന്നും നല്കാതെ അതിരാവിലെ മുതൽ ഗേറ്റിൽ ആ കുട്ടിയേയും കൊണ്ട് ജോസഫ് അവിടെ കാത്തു നില്ക്കുന്നതിന്റെ അരിശം ആ വാക്കുകളിലുണ്ടായിരുന്നു. ബാലൻ ഒന്നും മിണ്ടാതെ അയാളുടെ കണ്ണുകളിലേക്ക് നോക്കിയപ്പോൾ അയാൾ അരുമയോടെ അവന്റെ കൈപിടിച്ച് സ്കൂൾ കെട്ടിടത്തിന്റെ പിന്നിലുള്ള

തന്റെ മുറിയിലേക്ക് നടന്നു.

മന്ത്രിയുടെ ശുപാർശ കത്തുമായി കുട്ടിയുടെ എൽ കെ ജി പ്രവേശനത്തിന് വന്ന രക്ഷിതാവുമായി സംസാരിക്കുന്നതിനിടയിലും, പ്രിൻസിപ്പൽ ഗബ്രിയേൽ, സി സി ടി വിയിലൂടെ രാവിലെ മുതൽ ഗേറ്റിൽ താവളമടിച്ചിരിക്കുന്ന പിച്ച ജന്മങ്ങളെ കാണുന്നുണ്ടായിരുന്നു. വാച്ച് മാൻ സംശയാസ്പദമായ രീതിയിൽ സ്കൂളിന്റെ പിന്നിലെ സ്വന്തം മുറിയിലേക്കു പോകുന്നത് കണ്ട് അയാൾ എന്തുകൊണ്ടോ പരിഭ്രമിച്ചു. മൂവരോടും അടിയന്തരമായി ഓഫീസ് റൂമിലേക്ക് വരാനുള്ള ആജ്ഞ ഉച്ചഭാഷിണിയിലൂടെ മുഴങ്ങി.

സമയം നട്ടുച്ചയോട് അടുക്കാൻ തുടങ്ങിയിരുന്നു. കത്തി ജ്വലിക്കുന്ന സൂര്യൻ. തീക്ഷ്ണമായ സൂര്യരശ്മികളിൽനിന്ന് രക്ഷ നേടാനാവാതെ ഭൂഗോളത്തിനു മീതെയുള്ള ഉണ്ണിയേശുവിന്റെ പ്രതിമ പോലും വിയർക്കുന്നു. വിജനമായ സ്കൂൾ മുറ്റവും വരാന്തയും കടന്നു മൂവരും പ്രിൻസിപ്പളിന്റെ ഓഫീസിലേക്ക് പ്രവേശിച്ചു.

"നിങ്ങൾ എന്തിനാ രാവിലെ മുതൽ ഗേറ്റിൽ ചുറ്റിത്തിരിയുന്നേ? എന്താ കാര്യം?" പ്രിൻസിപ്പൽ ജോസഫിനോടായി ഗൗരവപൂർവ്വം ചോദിച്ചു.

"ഇമ്മാനുവേലിനെ സ്കൂളിൽ ചേർക്കാനായി വന്നതാ...."

എന്തോ അനാവശ്യം കേട്ട പോലെ പ്രിൻസിപ്പൽ ഗബ്രിയേൽ ഒരു നിമിഷം ഞെട്ടി. അദ്ദേഹത്തിന്റെ മുന്നിൽ മന്ത്രിയുടെ ശുപാർശ കത്തുമായിരുന്ന രക്ഷിതാവിന്റെ ചുണ്ടിൽ ഒരു പുഞ്ചിരി മിന്നി. ജോസഫിന്റെ മുഷിഞ്ഞ വസ്ത്രങ്ങളിലേക്കും ദൈന്യത നിറഞ്ഞ മുഖത്തേക്കും വെട്ടിയൊതുക്കാത്ത താടിയിലേക്കും ഗബ്രിയേൽസാർ ഒരു വേള നോക്കി. അസ്വാഭാവികമായി ഒന്നുമില്ലല്ലോ എന്ന് സ്വന്തം മനസ്സിനെ ബോദ്ധ്യപ്പെടുത്താൻ വൃഥാ ശ്രമിച്ചു.

"ഇമ്മാനുവേലിന്റെ അർത്ഥം അറിയാമോ?"

"അറിയാ, ദൈവം നമ്മോടു കൂടെ"

"ഏതുവരെ പഠിച്ചു?"

"അവനെ ഇതുവരെ സ്കൂളിൽ ചേർത്തില്ല."

"നിങ്ങളുടെ കാര്യമാ ചോദിച്ചത്?" പ്രിൻസിപ്പലിന്റെ സ്വരം ദേഷ്യം കൊണ്ട് ചുവന്നിരുന്നു.

തീരെ പ്രതീക്ഷിക്കാത്ത ആ ചോദ്യത്തിൽ ജോസഫ് പകച്ചു. കോൺക്രീറ്റ് പാകിയ കെട്ടിടമുള്ള ഒരു സ്കൂളിന്റെ പടികടക്കുന്നതും വൃത്തിയും വെടിപ്പുമുള്ള ഓഫീസിൽ പ്രവേശിക്കുന്നതും ആദ്യമായാണ്. വീട്ടിലെ സാഹചര്യം നിമിത്തം പഠനം മുഴുമിപ്പിക്കുന്നതിനു മുൻപേ, പണിക്കിറങ്ങേണ്ടി വന്നതിന്റെ ഇല്ലായ്മ കഥകൾ വെളിപ്പെടുത്തി അപമാനം ഏറ്റുവാങ്ങാൻ അയാൾ മടിച്ചു. കുറ്റം ചെയ്ത് പിടിക്കപ്പെട്ടവനെ പോലെ അയാൾ പരുങ്ങി നിന്നു. മൗനം മറുപടിയായി കരുതി പ്രിൻസിപ്പൽ തുടർന്നു.

"കുറഞ്ഞപക്ഷം ഡിഗ്രി വരെ പഠിക്കാത്ത മാതാപിതാക്കളുടെ കുട്ടികൾക്ക് ഇവിടെ പ്രവേശനമില്ലെന്നു തോമസ് പറഞ്ഞില്ലേ?"

"പറഞ്ഞു.... അല്ല പറഞ്ഞില്ല!" എന്തുത്തരം പറഞ്ഞാൽ തോമസ് സുരക്ഷിതനായിരിക്കുമെന്നു അയാൾക്ക് പെട്ടെന്ന് ഉറപ്പിക്കാൻ കഴിഞ്ഞില്ല.

പ്രിൻസിപ്പൽ സമയം മിനക്കെടുത്താതെ കടന്നു പോകൂ എന്നർത്ഥത്തിൽ ജോസഫിനെ നോക്കി. അർത്ഥഗർഭമായ ആ നോട്ടത്തെ തുടർന്ന് കനത്ത നിശ്ശബ്ദത അവിടെയെങ്ങും ബാധിച്ചു. ആത്മാവിലേക്ക് ഒരായിരം വീതുളികൾ ആഞ്ഞടിച്ചത് പോലെ ജോസഫ് പതറി. മേശപ്പുറത്തെ ബെല്ലിൽ വിരലമർത്തിയപ്പോൾ, വാതിലിനരികിൽ കാത്ത് നില്ക്കുകയായിരുന്ന തോമസ് അകത്തേക്ക് വന്ന ജോസഫിനെയും മകനെയും പുറത്തേക്ക് കൂട്ടിക്കൊണ്ടുപോയി. ഇടനാഴികൾ താണ്ടി, വിശാലമായ മുറ്റം കടന്നു കനത്തു തുടങ്ങിയ വെയിലിലൂടെ എവിടെ നിന്നോ എത്തിയ ആ അച്ഛനും മകനും മറയുന്നത് വേദനയോടെ തോമസ് നോക്കി നിന്നു. ചരിത്രത്തിന്റെ ഏതോ ഏടുകളിൽനിന്ന് എത്തിയവരല്ലെ അവർ എന്ന് അയാൾ സംശയിച്ചു. അവരുടെ മുകളിലായി ഒരു വർണ്ണാഭമായ നക്ഷത്രം സഞ്ചരിക്കുന്നതായി അയാൾക്ക് തോന്നി.

ശ്വാനനൊമ്പരം

നാളുകൾ നീണ്ട യാത്ര അവസാനിപ്പിച്ച് ഇന്നാണ് മടങ്ങി വന്നത്. രാവും പകലുമായി ഏറെ സഞ്ചരിച്ചു. പൈപ്പിന് ചുവട്ടിലെ വെള്ളം കുടിച്ച്, വഴിയിൽനിന്ന് കിട്ടിയത് ഭക്ഷിച്ച് മതിയാവോളം അലഞ്ഞു. പതിവുപോലെ, കടത്തിണ്ണയിൽ കിടന്നുറങ്ങി. അലച്ചിലും പട്ടിണിയും ജന്മസിദ്ധമായതുകൊണ്ട് ഒന്നും പ്രയാസകരമായി തോന്നിയില്ല. തെരുവിന്റെ സന്തതിയായതുകൊണ്ട് അങ്ങനെ ചില ഗുണങ്ങൾ കിട്ടിയിട്ടുണ്ട്.

ആരോടും പറയാതെയുള്ള പോക്കായിരുന്നു. അടുത്ത കൂട്ടുകാരോടു പോലും വെളിപ്പെടുത്തിയില്ല. അതിൽ അവർക്ക് പരിഭവം കാണുമെന്നുറപ്പ്. ഒന്നും നിശ്ചയിച്ച് ഉറപ്പിച്ചല്ലല്ലോ പോയത്. എങ്ങോട്ട് പോകണമെന്നോ, എന്ന് തിരിച്ചു വരണമെന്നോ തീരുമാനിക്കാതെയായിരുന്നു യാത്ര. എന്നുമുള്ള ഒത്തുചേരലിൽനിന്ന് ഒരു ദിവസം വിട്ടു നിന്നാൽ പോലും നൂറു ചോദ്യങ്ങൾ ഉന്നയിക്കുന്നവരാണ്. ഒരു യാത്ര പോകുന്നുവെന്ന് പറഞ്ഞാൽ എവിടേക്ക്, എന്തിന്, എപ്പോൾ എന്നൊക്കെയുള്ള ചോദ്യമുയരും. ഒന്നിനും തന്റെ പക്കൽ കൃത്യമായ ഉത്തരമില്ലായിരുന്നല്ലോ? അഭിപ്രായം ആരായാൻ നിന്നാൽ യാത്ര തന്നെ ചിലപ്പോൾ എന്നേക്കുമായി മാറ്റിവെക്കേണ്ടി വന്നേക്കാം.

ആഴ്ചകൾക്കു മുമ്പുള്ള പ്രഭാതത്തിൽ തോന്നി ഒന്ന് ചുറ്റി സഞ്ചരിച്ച് വരാൻ. പുറം ജീവിതമായിട്ടും, വിലക്കുകൾ ഒന്നുമില്ലാതിരുന്നിട്ടും ജനിച്ചു വീണ തെരുവിനും പരിസരത്തിനുമപ്പുറം പോയിട്ടില്ലെന്നത് വലിയൊരു കുറവായി തോന്നി. എവിടെയെങ്കിലും പോകാൻ ആരുടെയും സമ്മതം വേണ്ടാത്ത ജീവിതമായിട്ടും, അടുത്ത തെരുവിന്റെ തുടക്കത്തിനപ്പുറം

കാലുകൾ വച്ചിട്ടില്ല. പ്രായത്തിന്റെ വല്ലായ്മകൾ ഏറി വരുന്നതിനു മുമ്പ് തെരുവായ തെരുവെല്ലാം മതിയാവോളം കണ്ട് തിരിച്ചു വരാനുള്ള ആഗ്രഹം മനസ്സിൽ കൂമ്പാരം പോലെ വളർന്നപ്പോൾ ഒന്നുമാലോചിക്കാതെ ഇറങ്ങിത്തിരിക്കുകയായിരുന്നു.

കായലും പുഴകളും കണ്ടു. പട്ടണവും ഗ്രാമവും കണ്ടു. അലിവുള്ളവരും ഇല്ലാത്തവരുമായ മനുഷ്യരെ കണ്ടു. കുടിലും കൊട്ടാരവും കണ്ടു. വ്യത്യസ്തമായ ഗന്ധങ്ങൾ അനുഭവിച്ചു. ചുരുങ്ങിയ നാളത്തെ സഞ്ചാരംകൊണ്ട് ജീവിതം ഏറെ പഠിച്ചു. പുതുജീവിതത്തിന്റെ ഉണർവ്വുമായിട്ടാണ് മടങ്ങി വന്നത്.

രാത്രി മുഴുവൻ നീണ്ട മടക്കയാത്ര. പുതുമയ്ക്ക് വേണ്ടി, പുറപ്പെട്ട വഴിയിലൂടെയല്ലാതെ, മറ്റൊരു ദിശയിലൂടെ പിറന്നു വീണ ഈ തെരുവിൽ തിരികെ എത്തുമ്പോഴും, ഇരുട്ട് അലിഞ്ഞു തീർന്നിരുന്നില്ല. യാത്രാവിശേഷങ്ങൾ കൂട്ടുകാരുമായി പങ്കുവെക്കാമെന്നു കരുതി സ്വന്തം താവളത്തിലേക്ക് പോകാതെ രാവിലെ തന്നെ കൂട്ടുകാരെ തേടി നടന്നു. സമാന മനസ്കർ ഒന്നിച്ചു ചേരുന്ന ചന്തയ്ക്ക് പിന്നിലെ ആളൊഴിഞ്ഞ പറമ്പിലും, ഹൗസിങ് കോളനിക്ക് മുന്നിലെ മൈതാനത്തും അന്വേഷിച്ചു. എല്ലായിടവും ഒരുപോലെ ശൂന്യം. അമ്പത് പേർ വരെ ദിവസവും ഒത്തു ചേർന്ന മൈതാനത്ത് പോലും ആരുമില്ല. എല്ലാവരും തന്നെ പോലെ യാത്ര പോയതാകുമോയെന്നു ഒരു വേള ശങ്കിച്ചു. എങ്കിൽ പത്തു വാര നടക്കാൻ വയ്യാത്ത പ്രായമായവർ എവിടെ? അപായകരമായത് എന്തോ സംഭവിച്ചിരിക്കുന്നുവെന്ന് മനസ്സ് മന്ത്രിക്കുന്നു. പിറന്നു വീണ ഈ മണ്ണിൽ നിന്ന് തന്റെ കൂട്ടരെ ആരോ എങ്ങോട്ടോ ഓടിച്ചിരിക്കുന്നു. അതോ അവരെ ഇല്ലാതാക്കിയോ?

ഒടുവിൽ, പകൽ തളർന്ന നേരം, തെരുവിലൂടെയുള്ള നെടുകയും കുറുകെയുമുള്ള ഓട്ടത്തിനിടയിൽ, തന്നെ പോലെ ആധിയോടെ ഓടുന്ന ഒരുവളെ കണ്ടു. നേരത്തെ കണ്ടിട്ടില്ല. ഈ തെരുവിൽ ആദ്യമാണെന്ന് തോന്നി. ഈ ഭുമുഖത്ത് താൻ ഒറ്റയ്ക്കല്ല എന്നറിവ് ഉള്ള് വല്ലാതെ തണുപ്പിച്ചു. ചിലപ്പോൾ തന്റെ കൂട്ടുകാർക്ക് എന്ത് സംഭവിച്ചുവെന്നു അവൾക്ക് പറയാനാവും. തന്റെ അഭാവത്തിൽ എന്താണ് നടന്നതെന്ന്. ഒരഭയം കണ്ടെത്തിയ ആശ്വാസത്തിൽ വളവു തിരിഞ്ഞ് അവൾ തന്റെ അരികിലേക്ക് ഓടി വരുകയാണ്. സ്നേഹത്തോടെ, അഭിമാനത്തോടെ അവളെ കാത്തു.

എല്ലാം അവസാനിക്കുന്നതിന്റെ സൂചന പോലെ, അവളുടെ കണ്ണുകൾ അഗാധമായ ഭയത്തെയും, സിരകളിലെ കൊടിയ വേദനയെയും, ഒറ്റപ്പെടലിന്റെ മഹാ സങ്കടത്തെയും മാറി മാറി പ്രതിഫലിപ്പിച്ചു. ഉടലിലെ

മുറിപ്പാടിൽ നിന്നൊഴുകുന്ന രക്തം നൂറു ചോദ്യങ്ങൾ ഉള്ളിൽ ഉയർത്തി. പക്ഷേ, ഒന്നുമേ തിരക്കാൻ കഴിയുന്നതിനു മുൻപ്, ഭയക്കാതിരിക്കൂ എന്ന ആശ്വാസ സൂചന പോലും നല്കാനാവുന്നതിനു മുൻപ്, കൈയിൽ തിളങ്ങുന്ന ആയുധങ്ങളും കണ്ണിൽ എരിയുന്ന കോപവുമായി, അർമാദിച്ച് വന്ന ഇരുകാലി സംഘം ചുറ്റും വളയുകയായിരുന്നു.

വെളുത്തുള്ളി മണമുള്ള പുരുഷൻ

മാ മൂൻസിദ്ധിഖിയുടെ ശരീരത്തിലെ വെളുത്തുള്ളി മണം കാരണമാണ് അയാളുടെ നാലാം ഭാര്യ സൈദ ഉപേക്ഷിച്ചുപോയതെന്ന വാർത്ത സുഡാനിയായ കമ്പനി ഡ്രൈവർ അബുഹസൻ പറഞ്ഞത് തമാശയായി മാത്രമാണ് ഞാൻ എടുത്തത്. ലോകത്തേതെങ്കിലും ഭാര്യ ഏതെങ്കിലും ഗന്ധത്തിന്റെ പേരിൽ ഭർത്താവിനെ ഉപേക്ഷിക്കുമെന്നു കരുതാൻ എനിക്ക് കഴിഞ്ഞില്ല. ഇണയ്ക്ക് ലൈംഗിക സംതൃപ്തി നല്കാതിരിക്കുക, ദേഹോപദ്രവം ഏല്പിക്കുക, കുടുംബം നോക്കാതിരിക്കുക തുടങ്ങിയ പരമ്പരാഗതമായ കാരണങ്ങളാൽ മാത്രമായിരിക്കും വിവാഹബന്ധം വേർപെടുത്തുകയെന്നായിരുന്നു എന്റെ ധാരണ. ദാമ്പത്യ ബന്ധത്തിന്റെ അടിസ്ഥാന ശിലയായ ലൈംഗിക ബന്ധത്തിനു വിസമ്മതിച്ചാലും ബന്ധം വേർപിരിയാമെന്ന കോടതി വിധി ഞാൻ അപ്പോൾ ഓർമ്മിക്കുകയും ചെയ്തു.

"ഞാൻ പറഞ്ഞത് പച്ചയായ ശരീരത്തിന്റെ ഗന്ധമാണ്. ഒരുപക്ഷേ, ശരീരം വിയർക്കുമ്പോൾ പുറപ്പെടുവിച്ചേക്കാവുന്നത്." എന്റെ മുഖത്തെ അവിശ്വസനീയമായ ഭാവം കണ്ട് അബുഹസൻ വിശദീകരിച്ചു: "അയാളുടെ നാലാം ഭാര്യ സൈദ പറഞ്ഞതാ, ഭർത്താവിനെക്കുറിച്ച് ഇല്ലാത്തത് പറയേണ്ട കാര്യം അവർക്കില്ലല്ലോ. കസം ബില്ലായി*" താൻ പറയുന്നത് സത്യമെന്ന് വിശ്വസിപ്പിക്കാൻ വല്ലാത്ത വാശി തന്നെ അബുഹസൻ കാണിച്ചു. ഇങ്ങനെ ചെറിയ കാര്യങ്ങളിൽ മനുഷ്യൻ വാശി പിടിക്കുന്നതു വിചിത്രമായിരിക്കുന്നുവന്നു ഞാൻ വിചാരിച്ചു.

നാസാരന്ധ്രങ്ങളെ തുളച്ചു കയറുന്ന വെളുത്തുള്ളി മണം മാമൂൻസിദ്ധിഖിയിലുണ്ടെന്നു വിശ്വസിക്കാൻ എനിക്ക് കഴിഞ്ഞില്ല. എന്നാൽ

---

* കസം ബില്ലായി: ആണയിടുക

മാമൂൻ ഉപയോഗിക്കുന്ന പെർഫ്യൂമിനു രൂക്ഷഗന്ധമുണ്ടെന്നതിനും, ഏറെ ശ്വസിച്ചാൽ തലവേദന വരുമായിരുന്നുവെന്നതിനും ഞാൻ അനുഭവസ്ഥൻ. വസ്ത്രധാരണയിൽ തികഞ്ഞ നിഷ്കർഷ പുലർത്തിയിരുന്ന മാമൂനെ അശ്രദ്ധമായോ, അലസമായോ ആയ വേഷത്തിൽ ഒരിക്കലും കണ്ടിട്ടില്ല. പാശ്ചാത്യവസ്ത്രം ധരിച്ച്, പെർഫ്യൂമും പൂശി മാത്രമേ അയാൾ എവിടെയും കാണപ്പെട്ടുള്ളൂ. മാനേജരെ മാനേജരാക്കുന്നതു മുഖ്യമായും വേഷമായിരിക്കുമെന്നു അയാൾ വിശ്വസിക്കുന്നുണ്ടാവാം.

ജോലിയുടെ വിരസതയിൽനിന്നു രക്ഷപ്പെടാനുള്ള വഴികളിലൊന്നായിരുന്നു അബുഹസനെ കേൾക്കുകയെന്നത്. ഓഫീസും ഫ്ളാറ്റുമായുള്ള എന്റെ ഗൾഫ് ജീവിതത്തിൽ വ്യത്യസ്തമായ ഒരു ജീവിതാനുഭവവും സംഭവിക്കുന്നില്ലല്ലോ എന്ന ആത്മദുഃഖത്തെ മറികടക്കുന്നത് ഈ കേൾവിയിലൂടെയാണ്. വ്യത്യസ്തമായ ജീവിത പരിസരങ്ങളും, കഥകളും അബുഹസ്സൻ ഓരോ പ്രാവശ്യവും ആകർഷകമായി അറബി ഭാഷയിൽ അവതരിപ്പിച്ചു. സ്വദേശമായ സുഡാനിലെ ആഭ്യന്തര കലാപത്തിന്റെ കഥകൾ മുതൽ സഹപ്രവർത്തകരെക്കുറിച്ചുള്ള ഗോസിപ്പുകൾ വരെ കേൾക്കാൻ ഒരാളുണ്ടെങ്കിൽ എത്രനേരം വരെയുമിരുന്നു സംസാരിക്കാൻ അബുഹസൻ തയ്യാറായിരുന്നു. അങ്ങനെയൊരു കൂടിച്ചേരലിലാണ് കമ്പനി മുദീർ* മാമൂൻസിദ്ധിഖിയുടെ നാലാംഭാര്യ അയാളെ ഉപേക്ഷിച്ച വിവരം അബുഹസൻ അതീവരഹസ്യമായി വെളിപ്പെടുത്തിയത്. മാമൂൻസിദ്ധിഖി നാല് വിവാഹം കഴിച്ചതാണെന്ന വിവരം തന്നെ ഞാൻ ആദ്യമായി അറിയുകയായിരുന്നു. എന്തുകൊണ്ടോ എന്നിൽ അവിശ്വസനീയത നിറഞ്ഞു.

“നാലാം ഭാര്യയോ?”

“അതെ, നാലാം ഭാര്യ. എന്തായിത്ര അതിശയം? ആദ്യം കേൾക്കുന്ന പോലെ?”

“അപ്പോൾ മുമ്പുള്ള ഭാര്യമാർ?”

“ഹൈസ്കൂൾ വിദ്യാർത്ഥിനിയായിരുന്നു ആദ്യഭാര്യ ഹസീഫ. യമനിലെ ഏദൻ സ്വദേശിനി. മാമൂന്റെ അതിക്രൂരമായ രതിപീഡകൾ സഹിക്കാനാവാതെ ആത്മഹത്യ ചെയ്തു.” അബുഹസൻ ഓരോരുത്തരെക്കുറിച്ചും വിശദമായി പറഞ്ഞു തുടങ്ങി. ഞാൻ കാതുകൂർപ്പിക്കുന്നതിൽ അയാൾക്ക് പ്രചോദനമായിട്ടുണ്ടാവണം.

“രണ്ടാം ഭാര്യ നൂർ സിറിയൻക്രിസ്ത്യാനിയായിരുന്നു. സിറിയയിലെ ധീര സ്വദേശിനി. മാതാപിതാക്കളെ കാണാൻ ഒരിക്കൽ നാട്ടിലേക്കുപോയ അവൾ ഐ എസ് ഐ ആക്രമണത്തിൽ കൊല്ലപ്പെട്ടു.”

സിറിയയിലും, ഇറാഖിലും ലോകരാഷ്ട്രങ്ങളുടെ മുഴുവൻ വിലക്കുകളും മറികടന്നു തുടരുന്ന ഐ എസ് ഐയുടെ ക്രൂരമായ അക്രമങ്ങളെ ഞാൻ അപ്പോൾ ഓർമ്മിച്ചു. അവർ കൊന്നൊടുക്കിയ

---

* മുദീർ: മാനേജർ.

ആയിരക്കണക്കിനു സിറിയൻ ക്രിസ്താനികളെയും, യസിദീകളെയും കുറിച്ച് ലോകം നിശ്ശബ്ദത പാലിക്കുന്നതിൽ എനിക്ക് അതിയായ സങ്കടമുണ്ടായിരുന്നു.

“കലാപം നടക്കുന്ന സ്ഥലമായിട്ടും എന്തിനാണ് നൂർ സിറിയയിലേക്ക് മടങ്ങിപ്പോയത്?”

“കലാപം നടക്കുകയാണെന്ന് നൂറിന് അറിയാമായിരുന്നു. ഒരു പക്ഷേ, തിരികെ വരാൻ കഴിയില്ല എന്നു തിരിച്ചറിഞ്ഞുകൊണ്ട് തന്നെ പോയതായിരിക്കാം.” ദുരിതനാളുകളിൽ പ്രായമായ അമ്മയപ്പന്മാരോടോപ്പം കഴിയാൻ അവൾ ആഗ്രഹിച്ചായിരിക്കാം. ദുരന്തമുഖത്ത് ഒറ്റയായിപോയ ബന്ധു മിത്രാദികളെ കാണാൻ പുറപ്പെട്ടുപോയ നൂറിനെ ഭാവനയിൽ കാണാൻ ഞാൻ ശ്രമിച്ചു. മിസൈൽ വർഷിക്കപ്പെടുന്ന നഗരത്തിൽ നിന്ന് ആളുകൾ പലായനം ചെയ്യുമ്പോൾ വാർദ്ധക്യം ബാധിച്ച മാതാപിതാക്കളെ പരിചരിക്കാൻ കടന്നുപോയ ആ ധീരയായ സ്ത്രീയെ ഓർത്തിരുന്നപ്പോൾ, അബുഹസൻ മൂന്നാം ഭാര്യ ബുഷ്റയെക്കുറിച്ച് പറഞ്ഞു.

“ഒരു പാവം ഗ്രാമീണ സ്ത്രീയായിരുന്നു ബുഷ്റ. മരുഭൂമിയുടെ ഇടയിൽ ഒറ്റപ്പെട്ടു പോയ ഗ്രാമമായിരുന്നു അവളുടെ സ്വദേശം. അതിപ്രാചീനമായ ഒരു അറേബ്യൻ ഗോത്രത്തിലെ കണ്ണി. കുട്ടികൾ ഇല്ലായിരുന്നെങ്കിലും, സംതൃപ്തമായ ദാമ്പത്യ ജീവിതമായിരുന്നു അവരുടേത് സൈദയെ കണ്ടുമുട്ടും വരെ. സൈദയെ കണ്ടതോടെ മാമൂൻ ആളാകെ മാറി.”

“സൈദ കെയ്റോ സ്വദേശിനിയായിരുന്നു.” അബുഹസൻ തുടർന്നു.

“തിരക്കാർന്ന ഒരു ബെല്ലി ഡാൻസർ. പ്രസിദ്ധമായ കെയ്റോ ബെല്ലി ഡാൻസ് ട്രൂപ്പിലെ അംഗം. ദേവദാരു പുഷ്പം പോലെ സുന്ദരി... നിങ്ങൾ ഹിന്ദികൾക്കു ബെല്ലി ഡാൻസർ എന്നു പറഞ്ഞാൽ അറിയാമോ? ഉള്ളു വെളിവാക്കുന്ന മുലക്കച്ച കെട്ടി, ഇരുപുറവും തുറസ്സായ നേർത്ത പാവാട ധരിച്ചു ശരീരമാസകലം ഇളക്കിമറിച്ചു കൊണ്ടുള്ള ഡാൻസാണു ബെല്ലി. കണ്ടില്ലെങ്കിൽ കാണണം. നേരിട്ട്. മുംബൈയിലെ ഹോട്ടലുകളിൽ കാണുമായിരിക്കും. കേരളത്തിലേക്ക് പോകുമ്പോൾ പണ്ടു നിങ്ങൾ മുംബൈയിൽ ഇറങ്ങിയായിരുന്നല്ലോ പോയിരുന്നത്?”

വർഷങ്ങൾക്ക് മുൻപ് മുംബൈയിലെ ഹോസ്പിറ്റലിൽ ചികിത്സ തേടിയ അനുഭവം ഇടയ്ക്കു പങ്കുവച്ചതിനു ശേഷം അബുഹസൻ തുടർന്നു:

“സൈദയുടെ ബെല്ലി ഡാൻസ് ഒരിക്കൽ കണ്ടപാടെ മാമൂൻ അവരെ ജീവിതത്തിലേക്കു ക്ഷണിക്കുകയായിരുന്നു. കെയ്റോയിൽ വച്ചായിരുന്നു ആ കൂടിക്കാഴ്ച. അയാൾ ഏതോ ബിസിനസ് ആവശ്യത്തിനു പോയതായിരുന്നു. മാമൂന്റെ നിലയും വിലയുമൊക്കെ തിരിച്ചറിഞ്ഞ സൈദ വിവാഹത്തിനു സമ്മതം മൂളി. തന്നെ സ്വീകരിക്കുമ്പോൾ നിലവിലെ ഭാര്യയെ ഒഴിവാക്കുമോ എന്നു ചോദിച്ചപ്പോഴാണ് ആ രാത്രി

തന്നെ ബുഷ്റയെ മൊഴിചൊല്ലി കൊണ്ട് എസ് എം എസ് അയച്ചത്. മെസ്സേജ് കിട്ടിയ രാത്രി അവർ സഹോദരൻ അലി ബലൂലിനെ വിളിച്ചു. അയാൾ എന്റെ സുഹൃത്താണ്. അലി ബലൂലും ഞാനും പിറ്റേ ദിവസം തന്നെ ഫ്ളാറ്റിലെത്തി. അലിബലൂൽ മാമൂനുമായി സംസാരിച്ചു തീരുമാനത്തിന്റെ വിശ്വാസ്യത ഉറപ്പു വരുത്തി. ഒരു വാക്കു പോലും മറുത്തു പറയാതെയാണ് അഭിമാനിയായ ബുഷ്റ അവരുടെ ഗോത്ര ഗ്രാമമായ റോധയിലേക്ക് തിരികെ പോയത്. മാമൂൻ ഈജിപ്തിൽനിന്നു തിരികെ വരുമ്പോൾ അവർ വീട്ടിലുണ്ടായിരുന്നില്ല. പോകുമ്പോൾ അവർ ഒട്ടുമേ കരഞ്ഞില്ല.. ഒരു കുഞ്ഞിനു ജന്മം കൊടുക്കാൻ തനിക്കു കഴിവില്ല എന്നറിഞ്ഞതു മുതൽ തന്റെ സ്ഥാനത്തു മറ്റൊരുവൾ വരുമെന്ന് ആ സ്ത്രീ പ്രതീക്ഷിച്ചിരിക്കാം."

"എന്നിട്ടിപ്പോൾ, സൈദ എവിടെ?"

"ഈജിപ്തിൽ, അവർ തിരികെ വരുമെന്നു തോന്നുന്നില്ല. വെളുത്തുള്ളി മണമുള്ള പുരുഷനോടൊപ്പം ശയിക്കാൻ വയ്യത്രെ!"

സുന്ദരികളായ നാലു സ്ത്രീകൾ ജീവിതത്തിലേക്കു കടന്നു വന്നെങ്കിലും, ഒരാൾ പോലും കൂടെയില്ലാത്ത മാമൂൻസിദ്ധിഖിയുടെ ഏകാന്ത ജീവിതത്തെക്കുറിച്ചു ഞാൻ ഓർത്തു.

മാമൂൻ സിദ്ധിഖിയുടെ നാലാമത്തെ ഭാര്യ അയാളെ ഉപേക്ഷിച്ചോ, മറിച്ച് അയാൾ ഭാര്യയെ ഉപേക്ഷിച്ചോ എന്നൊന്നും ഉറപ്പിക്കാൻ കഴിഞ്ഞില്ലെങ്കിലും, അയാൾ തനിച്ചാണു വിശാലമായ ആ ഫ്ളാറ്റിൽ താമസമെന്നു ഡാക്കാ സ്വദേശിയായ ഓഫീസ് ബോയ് മുറാദ് ഒരിക്കൽ പറഞ്ഞിരുന്നു. നഗരത്തിന്റെ തിരക്കിൽ നിന്നകന്നുള്ള ആ ഫ്ളാറ്റിൽ രണ്ട് മാസമായി മാമൂന്റെ ഭാര്യയുണ്ടായിരുന്നില്ല. അയാളോടൊപ്പം എവിടേക്കോ യാത്ര പോയ അവർ തിരികെ വന്നില്ല എന്നു മാത്രമേ മുറാദിനു അറിയുമായിരുന്നുള്ളൂ. മറ്റൊന്നും അവൻ അന്വേഷിച്ചിട്ടില്ല. "കാണാൻ ബഹുസുന്ദരി. പക്ഷേ, തീരെ മനുഷ്യപ്പറ്റില്ലാത്ത സ്ത്രീ. തുണി അലക്കി ഇസ്തിരിയിട്ട് കൊടുക്കണം, തറ തുടച്ച് ഗ്ലാസ് പോലെ മിനുസമാക്കണം. പാത്രങ്ങളെല്ലാം വൃത്തിയാക്കി ചൂട് വെള്ളത്തിൽ കഴുകി വെക്കണം. ഇതൊക്കെയായിരുന്നു ജോലി. എന്നാൽ ഒരു ഗ്ലാസ് വെള്ളം പോലും ഇന്നുവരെ തന്നിട്ടില്ല. അവർ പോയെങ്കിൽ അത്രയും നല്ലത്."

വാരാന്ത്യത്തിൽ മാമൂന്റെ ഫ്ളാറ്റിൽ, ഇരുനൂറ് റിയാൽ പ്രതിഫലം വാങ്ങി തുണി കഴുകാനും നിലം തുടയ്ക്കാനും അവൻ ഇപ്പോഴും പോകാറുണ്ട്. മാമൂൻ സിദ്ധിഖിയുടെ ജീവിതത്തിനു പഴയ പ്രസരിപ്പില്ല എന്നത് യാഥാർത്ഥ്യമായിരുന്നു. ആരുടെയോ ജീവിതം താൻ ജീവിച്ചു തീർക്കുന്ന ഭാവം. പലപ്പോഴും ചിന്താമഗ്നനായി കാണപ്പെട്ടു. പ്രത്യേക കാരണമൊന്നും കൂടാതെ പ്രകോപിതനായി. നിർണ്ണായകമായ പല ഫയലുകളിലും, ബാങ്ക് രേഖകളിലും ഒപ്പിടാൻ വൈകി. ഒരിക്കൽ ഏതോ വിചാരത്തിൽപ്പെട്ട് ദിശ മാറി അയാൾ സ്വന്തം ക്യാബിനാണെന്നു കരുതി

എന്റെ ക്യാബിനിലേക്ക് കടക്കുകയുണ്ടായി. പിന്നെ "സോറി... സോറി" എന്നു പുലമ്പി പുറത്തേക്ക് പോയി.

വർഷംതോറും കിട്ടുന്ന ശമ്പള വർദ്ധനയും ബോണസും കഴിഞ്ഞ യാഴ്ച നിലവിൽ വന്നു. കമ്പനിയുടെ ധനകാര്യ വകുപ്പിന്റെ മാനേജർ എന്ന നിലയിൽ മാമൂൻ സിദ്ധിഖിക്കു കിട്ടിയത് ഞങ്ങൾക്കു ലഭിക്കുന്ന തിനേക്കാൾ വലിയ തുകയായിരുന്നു. എന്നിട്ടും യാതൊരുവിധ സംതൃപ്തിയും ആ മുഖത്ത് പ്രതിഫലിച്ചില്ല.

ഞങ്ങളുടെ കമ്പനിയുടെ കഫീൽ* സുന്ദരനായ ചെറുപ്പക്കാരനും, യാത്രികനുമായിരുന്നു. ബിസിനസ് കാര്യങ്ങൾ ശ്രദ്ധിക്കുന്നതിനേക്കാൾ സുന്ദരമായ വിദൂര നഗരങ്ങളിലേക്കു യാത്ര പോവുകയായിരുന്നു അയാൾക്കു താല്പര്യം. വർഷത്തിൽ മിക്ക മാസങ്ങളിലും അയാൾ രാജ്യത്തിന് പുറത്തായിരുന്നു. ചൂടും തണുപ്പും കൂടുന്ന മാസങ്ങളിൽ സുഖശീതളമായ കാലാവസ്ഥയുള്ള ഇടങ്ങൾ തേടി അയാളും പരിവാര ങ്ങളും യാത്രയാകുമ്പോഴൊക്കെ കമ്പനിയുടെ മുഴുവൻ ചുമതലയും മാമൂനിൽ കേന്ദ്രീകരിച്ചു. അതുകൊണ്ടുതന്നെ അയാളുടെ ജീവിതം സന്തോഷകരമായി മുന്നോട്ട് പോവേണ്ടതുണ്ടെന്നു തൊഴിലാളികളായ ഞങ്ങൾ വിശ്വസിച്ചു. 'മാനേജരുടെ സൗഖ്യം, ഈ ഫാക്ടറിയുടെ ഐശ്വര്യം' എന്ന ബോർഡ് തൂക്കിയില്ല എന്നേയുള്ളു. മാനേജരുടെ ജീവിതത്തെ ബാധിക്കുന്ന ഓരോ തടസ്സവും അന്തിമമായി ഞങ്ങളുടെ ജീവിതത്തെയും പ്രക്ഷുബ്ധമാക്കും എന്നു ഞങ്ങൾ ആശങ്കപ്പെട്ടു.

ഇതിനിടെ, നാലാമത്തെ ഭാര്യയായ സൈദയെ തിരികെ കൊണ്ടു വരാനുള്ള പരിശ്രമം സഹപ്രവർത്തകനും, അക്കൗണ്ടന്റുമായ ഈജിപ്ത് സ്വദേശി സൈയിദ് ബസൂനി മാമൂന്റെ മൗനസമ്മതത്തോടെ നടത്തു ന്നുണ്ടായിരുന്നു. സൈയിദ് അതാരോടും വെളിപ്പെടുത്തിയില്ലെങ്കിലും, അബുഹസൻ എങ്ങനെയോ അതറിഞ്ഞു. അങ്ങനെ ആ വിവരം എന്റെ കാതിലും എത്തി. അവധിക്കു നാട്ടിൽപോയ സൈയിദ് സൈദയെ കണ്ടുമുട്ടിയെങ്കിലും, നിർഭാഗ്യവശാൽ ആ സ്ത്രീ മടങ്ങിവരവിനു ഒരുക്കമായിരുന്നില്ല. ഏകാന്തത്തടവിനു വിധിക്കപ്പെട്ടതുപോലെയുള്ള ജീവിതം അവർക്ക് മടുത്തു തുടങ്ങിയത്രേ. ഇഷ്ടപ്പെട്ട വേഷം ധരിച്ചു പുറത്തിറങ്ങാൻ കഴിയാത്ത രാജ്യനിയമങ്ങൾ അവരെ ഭൂമുഖത്തുനിന്ന് തുടച്ച് മാറ്റുന്നതു പോലെ. ആൺതുണയില്ലാതെ, മാളിലോ, പാർക്കിലോ, പൊതുസ്ഥലത്തോ പോകാൻ കഴിയാത്ത ജീവിതം പാരതന്ത്ര്യത്തിനു തുല്യം. പുരുഷൻ നല്കുന്ന ആനന്ദം ആനന്ദങ്ങളുടെ പട്ടികയിൽ ഒരിക്കലും ആദ്യത്തേതല്ല. നൈൽ നദിയിലെ ഓളംപോലെ ഉടലിനെ ഇളക്കിയുള്ള ബെല്ലി ഡാൻസ് ചെയ്യുമ്പോൾ ലഭിക്കുന്ന ആരാധകരുടെ അഭിനന്ദനം ആവോളം ആസ്വദിച്ചു ജീവിക്കാനാണത്രേ അവരുടെ മോഹം. നഗരത്തിലെ മുന്തിയ ഹോട്ടലിലെ ജീവിതം അവളെ കൂടുതൽ

* കഫീൽ: സ്പോൺസർ

ഉന്മേഷവതിയാക്കി. സൈദ വീണ്ടും തിരക്കുള്ള ബെല്ലി ഡാൻസറായി മാറിയിരുന്നു. ഭർത്താവിന്റെ ശരീരത്തിന്റെ രൂക്ഷഗന്ധത്തെപ്പറ്റി അവൾ സെയിദ് ബസൂനിയോട് ഒന്നുമേ പറഞ്ഞില്ല. ഒരപരിചിതനോട് ഇത്തരം കാര്യങ്ങൾ വെളിപ്പെടുത്താൻ ഒരു സ്ത്രീ ആഗ്രഹിക്കില്ലായിരിക്കാം. പിൻവാങ്ങലിനു മാന്യമായ കാരണം നിരത്തിയതാകാം. നഗരത്തിലെ പ്രമുഖ ഹോട്ടലിന്റെ ലോബിയിൽ വച്ചാണ് സെയിദ് ബസൂനി സൈദയെ കണ്ടുമുട്ടിയത്.

മാമൂൻസിദ്ധിഖി തലാഖ് ചൊല്ലിയ ബുഷ്റ തിരികെയെത്താനുള്ള സാദ്ധ്യത ഞാൻ അബുഹസനോട് ആരാഞ്ഞുവെങ്കിലും അഭിമാനിയായ ബുഷ്റ മടങ്ങിവരവിനു തയ്യാറാവില്ല എന്ന് അയാൾ പറഞ്ഞു. മാന്യമായ വിവാഹമോചനം പോലും അവർക്കു നല്കിയില്ലല്ലോ?

ഞങ്ങൾ പ്രതീക്ഷിച്ചതുപോലെ ഓഫീസ് കാര്യങ്ങളിൽ ഒരു ശ്രദ്ധയുമില്ലാത്ത ജീവിതമായിരുന്നു ആ നാളുകളിൽ മാമൂൻ സിദ്ധിഖി നയിച്ചത്. എങ്കിലും കഫീലിന് അയാൾ പ്രിയപ്പെട്ടവനായി തന്നെ തുടർന്നു. കഫീൽ ഈ ശീതികരണ യന്ത്ര നിർമ്മാണ കമ്പനി തുടങ്ങിയപ്പോൾ അയാൾ ഒപ്പം കൂടിയതാണ്. മൂന്നു പതിറ്റാണ്ടായി കമ്പനിയുടെ നെടുംതൂണായി തുടരുന്ന ജീവിതം. കമ്പനിയുടെ കാണപ്പെട്ട മേലധികാരി. കാരണമൊന്നും കൂടാതെ ആരെയും ജോലിയിൽനിന്നു പിരിച്ചു വിടാൻ അധികാരമുള്ള ആൾ.

പ്രായമായ അമ്മ മരണക്കിടക്കയിൽ, ഉടനെ നാട്ടിൽ പോകണമെന്ന അപേക്ഷയുമായി ഫോർമാൻ രാജേന്ദ്രൻ ഓഫീസിലേക്കു വന്ന ദിവസമാണ് പ്രശ്നത്തിന്റെ സങ്കീർണ്ണതയെനിക്കു ബോദ്ധ്യമായത്. രാജേന്ദ്രന്റെ യാത്രാരേഖകളും ശമ്പള ചെക്കും, ഒപ്പിടാനായി അഞ്ചു ദിവസം കാത്തെങ്കിലും മാമൂൻ സിദ്ധിഖി വന്നില്ല. കരഞ്ഞു കലങ്ങിയ കണ്ണുകളുമായി രാജേന്ദ്രന് എച്ച് ആർ മാനേജരായ എന്റെ ക്യാബിനിൽ രാവിലെ മുതൽ അന്തിയോളം കാത്തിരുന്നു. സ്ഥലം എം പി വിളിച്ചു പറഞ്ഞതിനാൽ എംബസിയിൽനിന്ന് എച്ച് ആർ മാനേജരായ എന്നെ മുറയ്ക്കു ഫോണിൽ വിളിച്ചു കൊണ്ടിരുന്നു. അമ്മയുടെ അവസ്ഥ തീർത്തും പരിതാപകരമായ അവസ്ഥയിലേക്കു മാറിയതു മൂലമുള്ള ആത്മസംഘർഷത്തിൽ രാജേന്ദ്രൻ എനിക്കെതിരെ അലറി. "താൻ ഏതു കോപ്പിലെ എച്ച് ആർ മാനേജരാ" എന്നു തുടങ്ങിയ ശകാര വാക്കുകൾ പരിസര ബോധമില്ലാതെ പ്രയോഗിച്ചു. വീണ്ടും ഒരു ദിവസം കൂടെ കാത്തിരിക്കൂവെന്നു പറയാൻ നിവൃത്തിയില്ലാത്തതിനാലാണ് ഓഫീസ് ബോയ് മുറാദിനെയും കൂട്ടി ഞാൻ മാമൂന്റെ ഫ്ളാറ്റിലെത്തിയത്.

ഓഫീസിൽനിന്ന് ആരെയെങ്കിലും പ്രതീക്ഷിച്ച പോലെയായിരുന്നു മാമൂൻസിദ്ധിഖി. സന്തോഷത്തോടെ ഞങ്ങളെ സ്വീകരിച്ചു. വിശാലമായ ഫ്ളാറ്റിൽ ആതിഥേയൻ ഒറ്റയ്ക്ക്. പോർട്ടുഗീസ് ആർമോരിയൽ കാർപ്പറ്റ് വിരിച്ച ഹാളിൽ എവിടെ നിന്നോ പകൽ വെളിച്ചം കിട്ടുന്നുണ്ടായിരുന്നു. അലങ്കാര വിളക്കുകൾ ചിരിതൂകി നിന്നു. ടി വിയിൽ പുതിയ ഹിന്ദി

സിനിമ. ഷോക്കേസിൽ ലാമിനേറ്റ് ചെയ്ത വലിയ ഫോട്ടോ പിരമിഡിന്റെ പശ്ചാത്തലത്തിൽ പുഞ്ചിരിച്ചു നില്ക്കുന്ന മാമൂൻ. കൂടെ നില്ക്കുന്നത് സൈദ മാഡം ആണെന്ന് മൂറാദ് മന്ത്രിച്ചു. പ്രണയം പൂക്കുന്ന ആ കണ്ണുകളിലേക്കു നോക്കി നിന്നപ്പോൾ അശരീരി പോലെ മാമൂൻ പിന്നിൽ നിന്നു പറഞ്ഞു:

"ഈ വലിയ ഫ്ളാറ്റിൽ എന്നെ തനിച്ചാക്കി അവൾ മടങ്ങിപ്പോയി... അവളുടേത് മാത്രമായ ലോകത്തിലേക്ക്. ഈ ലോകത്തിൽ എന്നെപ്പോലെ ഏകനും അശരണനുമായി മറ്റൊരാൾ ഉണ്ടാവില്ല."

ഞാൻ ആവശ്യപ്പെടാതെ, മാമൂൻസിദ്ധിഖി ചെക്കുകളിലും കത്തുകളിലും യാത്രാ രേഖകളിലും ഒപ്പിട്ടു. മുറാദിനെ ഗവ* തയ്യാറാക്കാൻ അടുക്കളയിലേക്ക് പറഞ്ഞയച്ചിട്ട് മാമൂൻ അപേക്ഷ സ്വരത്തിൽ പറഞ്ഞു. "താങ്കൾ എനിക്ക് ഒരു ഭാരത സ്ത്രീയെ കണ്ടെത്തിത്തരണം. ഞാൻ ഒരിക്കൽക്കൂടെ വിവാഹം കഴിക്കാൻ ആഗ്രഹിക്കുന്നു. ഒറ്റയ്ക്കുള്ള ജീവിതം എന്നെ ഭ്രാന്ത് പിടിപ്പിക്കുന്നു. ഒരു ഭാരതസ്ത്രീക്കേ തന്നെ തിരികെ കൊണ്ടുവരാനാവൂ."

ഞാൻ അത്ഭുതത്തോടെ മാമൂനെ നോക്കി. തമാശ പറയുകയാണെന്നാണ് കരുതിയത്. ഒരാൾ അഞ്ചു വിവാഹം കഴിക്കുക എന്നതിലെ അസ്വാഭാവികത എന്നെ വല്ലാതെ കുഴക്കി.

മാമൂൻസിദ്ധിഖി തന്റെ അപേക്ഷ ന്യായീകരിക്കാനെന്നവണ്ണം പറഞ്ഞു:

"ഇന്ത്യാക്കാരിയാകുമ്പോൾ, അടങ്ങിയൊതുങ്ങി കുടുംബം നോക്കി ജീവിക്കും. ഭർത്താവിനെ ദൈവത്തെ പോലെ കരുതും. അവന്റെ കുറവുകൾ ക്ഷമിക്കും. ആപത്ഘട്ടത്തിൽ തണലായി നില്ക്കും. വാത്സ്യായനന്റെ നാട്ടുകാരിയായതു കൊണ്ട് മറ്റു കാര്യങ്ങൾ പ്രത്യേകിച്ചൊന്നും പഠിപ്പിക്കേണ്ടല്ലോ?" മാമൂൻ അശ്ലീല ചുവയോടെ ചിരിച്ചു. എന്നിട്ടയാൾ ടീപ്പോയുടെ അടിയിൽ ഭദ്രമായി സൂക്ഷിച്ചിരുന്ന ഡയറിയിൽ കുറിച്ച് വച്ചിരുന്ന ഒരു ശ്ലോകം അറബി ഉച്ചാരണത്തിൽ ചൊല്ലാൻ തുടങ്ങി.

"കാര്യേഷു മന്ത്രി
കർമ്മേഷു ദാസി
രൂപേഷു ലക്ഷ്മി
ശയനേഷു വേശ്യ"

ചൊല്ലിയത് ശരിയല്ലേ എന്ന ചോദ്യവുമായി മാമൂൻ എന്നെ നോക്കി. വികൃതമായ ആ ചൊല്ലൽ എന്നിൽ അറപ്പാണ് ഉളവാക്കിയത്. ഒരു വക മൂരി ശൃംഗാരം. ഒന്നുമേ പ്രകടിപ്പിക്കാതെ, കൂടുതലൊന്നും സംസാരിക്കാൻ നില്ക്കാതെ ഞാനും മുറാദും അവിടം വിട്ടിറങ്ങി.

ഒരാഴ്ച പിന്നിട്ട ദിവസം, രാവിലെ തന്നെ മാമൂൻസിദ്ധിഖി എന്റെ ക്യാബിനിലേക്ക് വന്നു. പ്രസന്നവദനനായി സലാം പറഞ്ഞ് കസേര നീക്കിയിട്ടിരുന്ന് എനിക്കുള്ള വധുവിനെ നീ കണ്ടെത്തിയോ എന്ന്

* ഗവ: അറേബ്യൻ കോഫി

ചോദിച്ചപ്പോഴാണ് അയാൾ പറഞ്ഞതൊന്നും നേരംപോക്കല്ലെന്ന് എനിക്ക് ബോദ്ധ്യമായത്. ആ അറിവ് എന്നെ വല്ലാതെ നീറ്റി. ഒഴിയാ ബാധയായി ഈ ബാദ്ധ്യത മാറുമെന്ന ചിന്ത എന്റെ മുഴുവൻ സ്വാസ്ഥ്യവും കെടുത്തി. മാമൂൻ എന്റെ മറുപടിക്കായി കാക്കുന്നു. അറിവിലുള്ള ചില മാട്രിമോണിയൽ വെബ് സൈറ്റുകളുടെ പേരുകളെഴുതി നല്കിയെങ്കിലും, അതിലൂടെ കണ്ണോടിക്കാൻ പോലും അയാൾ മിനക്കെട്ടില്ല. "വെബ് സൈറ്റുകളുടെ അഡ്രസ്സുകൾ എത്ര വേണമെങ്കിലും ഗൂഗിളിൽ തിരഞ്ഞാൽ കിട്ടും. എനിക്കു വേണ്ടത് നിന്റെ പരിചയത്തിലുള്ള ഒരു ഭാരത സ്ത്രീയെയാണ്. നീ ദയവായി അന്വേഷിക്കൂ. ഭർത്താവിനെ അനുസരിക്കുന്ന ഒരു സുന്ദരിയെ എനിക്കായി കണ്ടെത്തൂ. എല്ലാം രഹസ്യമായിരിക്കണം." അയാൾ യാതൊരു സങ്കോചവും കൂടാതെ തന്റെ ആഗ്രഹം പറഞ്ഞു.

"എനിക്കവൾ പ്രിയപ്പെട്ടവളായി മാറുന്ന നിമിഷം എന്റെ ഭാരിച്ച സ്വത്തിന്റെ നേർപകുതി അവൾക്കു കൊടുക്കും. ഇത് മാമൂന്റെ വാക്ക്." അത് ശരിവയ്ക്കുന്ന മട്ടിൽ അയാളുടെ മൊബൈലിൽ പ്രാർത്ഥനാവാക്യം ഉരുവിടാൻ തുടങ്ങി. കഫീലായിരുന്നു. തികഞ്ഞ ഭവ്യതയോടെ, ഉപചാര വാക്കുകൾ മുറ തെറ്റിക്കാതെ ഫോണിലൂടെ പറഞ്ഞ് അയാൾ സ്വന്തം ക്യാബിനിലേക്ക് പോയി.

സമയം പത്തു മണി കഴിഞ്ഞതേയുള്ളൂവെങ്കിലും, പുറത്തു തീ പോലെ വെയിൽ പെയ്യുന്നു. പുറത്തു നിരയായി പാർക്ക് ചെയ്തിരിക്കുന്ന വാഹനങ്ങൾക്കിടയിലൂടെ അബുഹസ്സൻ ഫയലുകളുമായി വരുന്നത് സ്ഫടിക ജാലകത്തിലൂടെ കണ്ടു. പുതിയ വിശേഷങ്ങൾ ഉടനെ അറിയാനാവും. പക്ഷേ, ഒന്നും കേൾക്കാനുള്ള മനസ്സുണ്ടായിരുന്നില്ല. ഗാലറിയിൽ കളികണ്ടിരുന്ന അവസ്ഥയിൽനിന്ന് പൊടുന്നനെ കളിക്കളത്തിലേക്ക് മാറ്റപ്പെട്ട അനുഭവം.

ഓർമ്മയിൽ നിരവധി മുഖങ്ങളെ വിസ്തരിച്ചെങ്കിലും മറ്റൊരു രാജ്യക്കാരനായ അറുപത്തിയഞ്ച് കഴിഞ്ഞ വൃദ്ധനെ ജീവിതപങ്കാളിയായി സ്വീകരിക്കാൻ സാദ്ധ്യതയുള്ള ഒരു സ്ത്രീയുടെ മുഖവും മനസ്സിൽ തെളിഞ്ഞില്ല. അന്വേഷണത്തിന് പോലുമുള്ള അവസരം തരാതെ മാമൂൻ ഫോണിൽ വിളിച്ചുകൊണ്ടേയിരുന്നു. ചിലപ്പോഴൊക്കെ അയാൾ 'ശയനേശു വേശ്യ' എന്ന ശ്ലോകവും അസഹനീയമായ വിധം ചൊല്ലി. അയാൾ ചൊല്ലുമ്പോഴൊക്കെ ഞാൻ റിസീവർ ചെവിയിൽനിന്ന് അകലത്തേക്ക് മാറ്റിപ്പിടിച്ചു.

ഇന്ത്യാ മഹാരാജ്യത്തെ സ്ത്രീകളെല്ലാം ആ പുരാണ ശ്ലോകമൂശയിൽ തീർത്തവരാണെന്നു പാവം ധരിക്കുന്നതായി തോന്നി. ലോകവിവരത്തിന്റെ കാര്യത്തിൽ അയാൾ പിന്നിലാണെന്നു നേരത്തെ അറിയാമായിരുന്നു. മെട്രിക്കുലേഷനപ്പുറമുള്ള എല്ലാ വിദ്യാഭ്യാസ യോഗ്യതകളും അഞ്ഞൂറു ഡോളർ കൊടുത്ത് അമേരിക്കൻ പ്രൈവറ്റ് യൂണിവേഴ്സിറ്റികളിൽനിന്നു വാങ്ങിയതാണെന്നു ഞാൻ കണ്ടെത്തി

യിരുന്നു. മനോഹരമായ സർട്ടിഫിക്കറ്റുകളിൽ യു എസ് എ എന്ന മുദ്രണം കണ്ടു കഫീൽ മയങ്ങിപ്പോയിരിക്കാം. ഇയാളുടെ കൈയിൽ തന്റെ സ്ഥാപനം ഭദ്രമായിരിക്കുമെന്ന് കരുതിയിരിക്കാം. വിവിധ രാജ്യക്കാരായ, സമർത്ഥരായ കീഴുദ്യോഗസ്ഥരുള്ളതുകൊണ്ട് അയാൾ ഒരിക്കലും പരാജയമറിഞ്ഞില്ല. വിവിധ ഡിപ്പാർട്ടുമെന്റുകളിലെ ചുമതലകൾ ഏകോപിപ്പിക്കുന്നതിനും, ബാലൻസ് ഷീറ്റിൽ മനോഹരമായി ഒപ്പിടുന്നതിനും, പ്രതിഫലമായി അയാൾ ലക്ഷങ്ങൾ വാങ്ങുന്നു.

മാധുരി ദീക്ഷിതിന്റെയും പ്രിയങ്കാ ചോപ്രയുടെയും ഐശ്വര്യ റോയിയുടെയും ആരാധകനായ അയാൾ ധാരാളം ഹിന്ദി സിനിമകൾ കാണാറുണ്ടായിരുന്നു. ഒരു പഴയകാല ചിത്രത്തിൽ പ്രഭാതത്തിൽ ഉണരുമ്പോൾ ഉറങ്ങിക്കിടക്കുന്ന ഭർത്താവിന്റെ കാൽതൊട്ട് വന്ദിച്ച് വീട്ടു ജോലിയിൽ മുഴുകുന്ന ഭാര്യയെ കണ്ടുവെന്നും ആ ദൃശ്യം കണ്ട് താൻ ആനന്ദക്കണ്ണീർ പൊഴിച്ചുവെന്നും അയാൾ പറഞ്ഞു. ഒരടിമയെയാണോ നിങ്ങൾ അന്വേഷിക്കുന്നതെന്ന ചോദ്യത്തിനു നീ എന്നെ തെറ്റിദ്ധരിച്ചു എന്നു പറഞ്ഞ് അയാൾ സുന്ദരമായി ചിരിച്ചു. ഹിന്ദി സിനിമകൾ കണ്ട് മനസ്സിൽ രൂപപ്പെടുത്തിയ സ്വപ്ന സുന്ദരിയെ അയാൾ അന്വേഷിക്കുന്നുണ്ടാവാം. അതോ പുരാണ ശ്ലോകത്തിൽ പറയുന്ന പോലെ എല്ലാ ഗുണങ്ങളും ഒത്തിണങ്ങിയ ഒരു സ്ത്രീയെയോ?

തടിച്ച നിതംബമുള്ള, കറുത്ത് ആരോഗ്യവതികളായ ആഫ്രിക്കൻ സ്ത്രീകളെയും, മാതളപ്പഴ കവിളുകളും, മാൻകുട്ടിയെ പോലെ തുള്ളുന്ന മാറിടമുള്ള ഈജിപ്ഷ്യൻ സുന്ദരിമാരെയും വിസ്മരിച്ച്, വിദൂരതയിലുള്ള ഇന്ത്യൻ സ്ത്രീയെ ഈ മദ്ധ്യവയസ്കൻ പ്രണയിക്കുന്നു.

ഒരാൾ ഭാര്യാസമേതനായി ജീവിക്കേണ്ടത് സഹപ്രവർത്തകരുടെ കൂടെ ആവശ്യമായി മാറുന്ന വിചിത്രമായ അവസ്ഥ. അധികാരങ്ങളെല്ലാം ഒരാളിലേക്കു കേന്ദ്രികരിച്ചിരിക്കുന്ന ഒരിടത്തരം കമ്പനിയാണ് ഞങ്ങളുടേത്. മാമൂൻസിദ്ധിഖി യഥാസമയം ചെക്കുകളും കത്തുകളും ഒപ്പിട്ടില്ലെങ്കിൽ, കമ്പനി ജീവനക്കാരായ ഞങ്ങളുടെ ജീവിതം നിസ്സഹായതയുടെ പൊരിവെയിലിലേക്ക് ദയാരഹിതമായി ആഞ്ഞു പതിക്കും. എന്തെങ്കിലും, ഉടനെ ചെയ്യണമെന്നു മനസ്സ് പറഞ്ഞു. ഓഫീസിൽ ഇരിക്കുമ്പോഴൊക്കെയും എന്റെ ആലോചന അതായിരുന്നു. “നിനക്ക് എന്തെങ്കിലും ആവശ്യമായി വന്നാൽ അതു നേടിയെടുക്കുന്നതിന്, നിന്നെ സഹായിക്കാനായി ഈ പ്രപഞ്ചമാകെത്തന്നെ ഗൂഢാലോചന നടത്തുന്നുവെന്ന'' പൗലോ കൊയ്‌ലോയുടെ ആൽകെമിസ്റ്റിലെ വാക്കുകൾ ലാപ് ടോപ്പ് സ്ക്രീനിലെ ഇരുളിൽ പ്രകാശ പൂർണ്ണതയോടെ ചുറ്റിത്തിരിയുന്നുണ്ടായിരുന്നു. നോവൽ വായിച്ചപ്പോൾ പ്രിയപ്പെട്ട വാചകമായി തോന്നിയതിനാൽ സ്ക്രീനിലേക്ക് ചേർത്തതാണ്. മഹത്തായ ലക്ഷ്യത്തിന്റെ കാര്യത്തിൽ അത് ശരിയായിരിക്കും.

കാലം എനിക്ക് സമ്മാനിച്ചത് കൂട്ടിക്കൊടുപ്പുകാരന്റെ റോളല്ലെന്നു വിശ്വസിക്കാൻ ഞാൻ ശ്രമിച്ചു. പവിത്രമായ ദാമ്പത്യ ജീവിതം തുടങ്ങാൻ

ഒരു സുഹൃത്തിനെ സഹായിക്കുക മാത്രം. പ്രാദേശികമായ രീതികളും മത നിയമങ്ങളും അഞ്ചാം വിവാഹം അനുവദിക്കുമ്പോൾ, അതിനുള്ള സഹായിയായി വർത്തിക്കുന്നതിൽ അസ്വാഭാവികമായി എന്താണുള്ളത്?.

ഏറെ നാളുകൾക്ക് ശേഷം, വാരാന്ത്യ അവധി ദിനത്തിൽ, ഞാൻ ഫേസ്ബുക്ക് തുറന്നു. സുഹൃത്തുക്കളുടെ വിശേഷങ്ങളടങ്ങിയ നിരവധി പോസ്റ്ററുകൾ ഉണ്ടായിരുന്നു. വേനലവധിക്ക് മിക്കവരും നാട്ടിലേക്കു പോയിരിക്കുന്നു. ലോഗൗട്ട് ആക്കുന്നതിനു മുമ്പ് സൗഹൃദാഭ്യർത്ഥ നകളിലൂടെ കണ്ണോടിച്ചു. പതിവുപോലെ, ഒരു സ്ത്രീയും സൗഹൃദ ത്തിനായി ക്ഷണിച്ചില്ലല്ലോയെന്നു ഖിന്നനാകവെയാണ് നാട്ടുകാരിയായ ഷെമിയയുടെ മുഖം ഫ്രണ്ട് റിക്വസ്റ്റിൽ മിന്നിയത്.

മിനി സ്കർട്ടും, ടോപ്പും ധരിച്ച്, ഈന്തപ്പനയുടെ ചുവട്ടിൽ നിന്നുള്ള ഷെമിയയുടെ കിടിലൻ പ്രൊഫൈൽ ഫോട്ടോ. കൊതിപ്പിക്കുന്ന മാദക സൗന്ദര്യം. ഉടൻതന്നെ അവരുടെ സൗഹൃദം സ്വീകരിച്ച്, ലൈനിലുണ്ടെന്ന ഹരിത സൂചന ലഭിച്ചതിനാൽ വീഡിയോ കോളിങ്ങിലൂടെ വിളിച്ചു. ഷെമിയ പെട്ടെന്നു തന്നെ ലൈൻ എടുത്തു. പരിചയപ്പെടുത്തിയപ്പോൾ വലിയ സന്തോഷത്തോടെ നാട്ടിലെത്തിയോ എന്ന് അന്വേഷിച്ചു.

ഒടുവിൽ കണ്ടപ്പോൾ, ഒരു വിസ സംഘടിപ്പിച്ചുതരണമെന്ന് ഷെമിയ പറഞ്ഞത് ഞാനോർത്തു. ഏതോ കാരണങ്ങളാൽ അവർ ഭർത്താവു മായി തെറ്റി നില്ക്കുകയായിരുന്ന സമയം ആയിരുന്നു അത്. കുറഞ്ഞ വിദ്യാഭ്യാസ യോഗ്യതയായതിനാൽ വീട്ടു വേലക്കാരിയുടെ ജോലിയിൽ കവിഞ്ഞൊന്നും അവർക്ക് അനുയോജ്യമായിരുന്നില്ല. എന്നാൽ, ഇന്ത്യ യിൽ നിന്നുള്ള വീട്ടു വേലക്കാരികളുടെ റിക്രൂട്ടുമെന്റ് ഞാൻ താമസിക്കുന്ന ഗൾഫ് രാജ്യത്തേക്ക് നിർത്തി വച്ചിരുന്നതിനാൽ അവരെ അതിലും സഹായിക്കാൻ കഴിഞ്ഞില്ല. ഷെമിയ പരിഭവിക്കുമെന്നു കരുതിയിരുന്നെങ്കിലും, അതൊക്കെ വിസ്മരിച്ച വിധമാണ് സംസാരിച്ചത്. മാസങ്ങൾക്ക് മുമ്പ് ദുബായിലെ ബ്യൂട്ടി പാർലറിൽ ജോലിയിൽ പ്രവേശി ച്ചിരുന്നു.

അരമണിക്കൂറോളം ഞങ്ങൾ നാട്ടുവിശേഷങ്ങൾ പറഞ്ഞു. എന്തും തുറന്നു പറയാൻ പറ്റുന്ന സൗഹൃദ തിരിവിൽ മുഖവുരകളൊന്നും കൂടാതെ ഞാൻ നേരിടുന്ന പ്രതിസന്ധിയെക്കുറിച്ചും. ഷെമിയ മുഖേന മാമൂനു വധുവിനെ കണ്ടെത്താം എന്നാണു കരുതിയത്. പക്ഷേ, 'ഞാൻ മതിയോ' എന്ന ഒറ്റ ചോദ്യത്തിലൂടെ അവർ എന്നെ തോല്പിച്ചു. ധാരാളം എന്ന വാക്കല്ല മറുപടിയായി പറയേണ്ടതെങ്കിലും, ഞാൻ ആ പദമാണ് അപ്പോൾ ഉപയോഗിച്ചത്.

മരുഭൂവിൽ ദിശ തെറ്റിയ യാത്രക്കാരൻ മനുഷ്യവാസമുള്ളയിട ത്തേക്കുള്ള വഴി കണ്ടെത്തിയ സന്തോഷത്തോടെ ഷെമിയയെ സുഹൃത്തായി സ്വീകരിക്കാനാവശ്യപ്പെട്ട് ഞാൻ മാമൂൻ സിദ്ധിഖിക്ക് റിക്വസ്റ്റ് അയച്ചു. അര മണിക്കൂർ കഴിഞ്ഞ് അയാളുടെ ഫ്രണ്ട്സ് ലിസ്റ്റിൽ നോക്കുമ്പോൾ ഷെമിയ അതിലുണ്ട്. പിറ്റേ ദിവസം ഓഫീസിൽ വച്ച്

കണ്ടപ്പോൾ ഷെമിയയെ പോലെ ഒരു സുന്ദരിയെയാണു താൻ തേടുന്നതെന്ന് അയാൾ പറഞ്ഞു. ആ വിവരം അറിയിച്ചപ്പോൾ ഷെമിയ അതിയായ ആഹ്ളാദം പ്രകടിപ്പിച്ചു കൊണ്ടുള്ള ചിരി ചിഹ്നം മറുപടിയായി അയച്ചു.

ഒരാഴ്ച പിന്നിട്ടപ്പോൾ, അബുഹസനിൽ നിന്നാണ് മാമൂൻസിദ്ധിഖിയുടെ അഞ്ചാം വിവാഹം കഴിഞ്ഞെന്നും, ഭാര്യ ദുബായിൽ കുടിയേറിയ ഏതോ ഹിന്ദിക്കാരിയാണെന്നും അറിഞ്ഞത്. ഞാൻ ഒന്നുമേ വെളിപ്പെടുത്തിയില്ല. വധു ഷെമിയ ആയിരിക്കുമെന്ന് ഉറപ്പുണ്ടായിരുന്നു. അവരുടെ എഫ് ബി പേജിൽ മാമൂനുമൊപ്പമുള്ള നിരവധി വിവാഹ ഫോട്ടോകളുണ്ടായിരുന്നു. ചിത്രപ്പണികളുള്ള ഗൗണിൽ എന്റെ മലയോര നാട്ടുകാരി പ്രഭുകുമാരിയെപ്പോലെ തിളങ്ങി. കമ്പനിയുടെ ഉയർന്ന അധികാര ശ്രേണിയിലുള്ള ഒരാളുടെ ഭാര്യ എന്റെ പരിചയക്കാരിയും നാട്ടുകാരിയുമായി മാറിയതിൽ ഞാൻ അഭിമാനം കൊണ്ടു.

മനോഹരമായ ബൊക്കെയും കൈയിലേന്തിയുള്ള ആ വിവാഹ ഫോട്ടോക്ക് ഇരുന്നൂറു ലൈക്കുകൾ വരെ ഉണ്ടായിരുന്നു. നോക്കിയിരിക്കുമ്പോൾ തന്നെ അഞ്ചെണ്ണം തുരുതുരെ വന്നു. സൂപ്പർ, അടിപൊളി, ഹണിമൂൺ എവിടെ? തുടങ്ങിയ കമന്റുകൾക്കിടയിൽ കൊച്ചാട്ടൻ എന്നൊരാൾ അപ്പോൾ 'ഷെമിയ സെക്സ് റാക്കറ്റ് ബിസിനസ് ഉപേക്ഷിച്ച് നല്ല കുട്ടിയായോ?' എന്ന് ചോദിച്ചിരിക്കുന്നത് കണ്ടു ഞാൻ പകച്ചു. എന്താണ് ആ ചോദ്യത്തിന് പിന്നിലെന്ന് എനിക്ക് പിടികിട്ടിയില്ല. ഭർത്താവുമായി തെറ്റിനിന്ന നാളുകളിൽ സ്ഥലം സർക്കിൾ ഇൻസ്പെക്ടർ സമയത്തും അസമയത്തും അവരുടെ വീട്ടിൽ വന്നുപോകുമായിരുന്നു എന്നു കേട്ടിട്ടുണ്ട്. ആ വഴി നടന്നു പോകുന്ന നാട്ടുകാർ ഏമാന്റെ വണ്ടി കണ്ടു ഭയന്നിട്ടോ, എന്തെങ്കിലും അപശബ്ദം കേൾക്കാമെന്നു വ്യാമോഹിച്ചോ നിശ്ശബ്ദരായി കടന്നു പോയി. സർക്കിൾ ഇൻസ്പെക്ടറുടെ ഭാര്യ ഒരിക്കൽ വന്നു ഇരുവരെയും കൈയോടെ പിടിക്കുകയും, എന്റെ കുടുംബം അനാഥമാക്കരുതേയെന്നു കരഞ്ഞു പറയുകയും ചെയ്തതിൽ പിന്നെ ദയാലുവായ ഷെമിയ ആ അദ്ധ്യായം എന്നേക്കുമായി അടയ്ക്കുകയായിരുന്നു. കാര്യങ്ങളെല്ലാം ഒന്നു ഭദ്രമായി വരുമ്പോൾ, എന്തെങ്കിലും ഒരു അപശകുനം പ്രത്യക്ഷപ്പെടുന്നത് എനിക്ക് പുതുമയായിരുന്നില്ല. എങ്കിലും എന്തുകൊണ്ട് ഈ കൊച്ചാട്ടൻ അങ്ങനെ എഴുതിയെന്ന ആശങ്ക എന്നെ വല്ലാതെ മഥിക്കാൻ തുടങ്ങി. ഒടുവിൽ എന്ത് പറഞ്ഞു തുടങ്ങണമെന്നറിയാതെ കൊച്ചാട്ടന്റെ പ്രൊഫൈലിൽ നിന്നെടുത്ത ഇന്ത്യൻ നമ്പറിലേക്ക് വിളിച്ചു. സ്വയം പരിചയപ്പെടുത്തിയപ്പോൾ ആ പരുക്കൻ സ്വരം നാട്ടിൽ എവിടെയാണ് എന്ന് ചോദിച്ചു. നാട് പറഞ്ഞപ്പോൾ തന്നെ എന്നെ തിരിച്ചറിഞ്ഞതിലുള്ള വലിയ സന്തോഷം അപ്പുറത്ത് അലതല്ലി. "എടാ പ്രവാസി ....നിനക്കെന്നെ മനസ്സിലായില്ലേടാ" എന്ന് ചോദിച്ച നിമിഷം പത്തു എ യിൽ എന്നോടൊപ്പം പഠിച്ച സുനിൽകുമാറിന്റെ മുഖം മനസ്സിൽ തെളിഞ്ഞു പ്രായത്തിൽ

കവിഞ്ഞുള്ള അവന്റെ ഉപദേശം കാരണം കൊച്ചാട്ടൻ എന്ന് ആദ്യം വിളിച്ചത് ഞാനായിരുന്നു.

ഷാർജയിലെ സെക്സ് റാക്കറ്റിന്റെ കണ്ണിയായ നാട്ടുകാരി ഷെമിയയെക്കുറിച്ചുള്ള പത്രവാർത്തകളൊന്നും നീ കണ്ടില്ലേയെന്ന അവന്റെ ചോദ്യം കേട്ടപ്പോൾ ബോധം മറഞ്ഞെങ്കിലെന്നു ആശിച്ചു. കൂടുതലൊന്നും പറയാനാകാതെ പിന്നീട് വിളിക്കാമെന്നു പറഞ്ഞു ഞാൻ ഫോൺ കട്ട് ചെയ്തു.

മാമൂൻസിദ്ധിഖിയുടെ അഞ്ചാം ദാമ്പത്യ ജീവിതം സുഗമമായി മുന്നോട്ട് പോകുന്നതിൽ കമ്പനിയിലെ ജീവനക്കാർ സന്തോഷിച്ചു. വാരാന്ത്യങ്ങളിൽ മുറതെറ്റാതെ ദുബായിലേക്കു പോയിരുന്ന അയാൾ പിന്നീട് ഷെമിയയെ വിസയെടുത്ത് കൂട്ടിക്കൊണ്ടുവന്നു. സ്വപ്നം കാണാൻ കഴിയാതിരുന്ന ജീവിത സൗഭാഗ്യങ്ങൾക്കു പകരമായി ഷെമിയ ഭർത്താവിനോട് പറഞ്ഞ് എന്റെ ശമ്പളത്തിൽ വർദ്ധനവ് വരുത്തി. നാട്ടിൽ ജോലിയില്ലാതെ ചുറ്റിത്തിരിഞ്ഞിരുന്ന പത്തോളം ചെറുപ്പക്കാരെ ഫാക്ടറിയിലെ വിവിധ തസ്തികകളിൽ നിയമിച്ചു.

ഇടയ്ക്കു നാട്ടിലെത്തിയ ഞാൻ ഷെമിയയെക്കുറിച്ചുള്ള മതിപ്പ് നാട്ടിൽ വർദ്ധിക്കുന്നത് അറിഞ്ഞു. ദുബായിൽ ഏതോ വലിയ ബിസിനസ് ആണെന്നു മാത്രമേ അവരുടെ ബന്ധുക്കൾക്കു പോലും അറിയുമായിരുന്നുള്ളു. പഴയ വീട് പൊളിച്ചിടത്ത് ആധുനിക സജ്ജീകരണത്തോടുകൂടിയ അറബി വില്ല ഇതിനോടകം പണി തീർത്തിരുന്നു. അനാകർഷകമായ പുറംചട്ടയായിരുന്നെങ്കിലും, നീന്തൽക്കുളം, വിശാലമായ ഹോം തീയറ്റർ തുടങ്ങിയ എല്ലാ സൗകര്യങ്ങളും അതിനുണ്ടായിരുന്നു. പുറംമോടിക്കായി വ്യത്യസ്തയാകുന്ന 'ഷെമിയയുടെ വീട്' പ്രമുഖ ടിവി ഷോയിലും ഇടം പിടിച്ചു.

വേനലവധിക്ക് എത്തിയതിന്റെ നാലാം നാൾ രാവിലെ പത്രം വായിച്ചു കൊണ്ടിരിക്കുമ്പോഴാണ് ലാന്റ് ഫോൺ തുടർച്ചയായി ഒച്ചവെച്ചത്. ബിന്ദു 'ആരാ, എന്താ, എവിടുന്നാ' എന്നൊക്കെ ഇംഗ്ലീഷിൽ ചോദിക്കുന്നതു കേട്ടാണ് ഞാൻ ഫോൺ വാങ്ങിയത്. മറു തലയ്ക്കൽ അബുഹസനായിരുന്നു. ഓരോവരിയിലും അതീവ സങ്കടം നിറച്ച് അയാൾ പറഞ്ഞു. "നമ്മുടെ മാമൂൻസിദ്ധിഖി മരിച്ചു. ദുബായിലെ ഹോട്ടലിലെ നീന്തൽക്കുളത്തിലാണു ബോഡി കണ്ടത്. നീ അടുത്ത ഫ്ളൈറ്റിൽ തന്നെ വരാൻ കഫീൽ പറഞ്ഞു. ടിക്കറ്റ് ഈമെയിൽ ചെയ്തിട്ടുണ്ട്."

"എന്ത് പറ്റി, ആരായിരുന്നു ലൈനിൽ" എന്നീ ചോദ്യങ്ങളുമായി ബിന്ദു പുറകെ വന്നു. അവധി വെട്ടിച്ചുരുക്കി പെട്ടെന്ന് തിരികെയെത്താനുള്ള കഫീലിന്റെ ഉത്തരവിനെക്കുറിച്ച് ഞാൻ പറഞ്ഞു. അവളുടെ മുഖത്തിന്റെ ശോഭകെടുന്നത് കാണാൻ പ്രയാസമായത് കൊണ്ട് മുറിയിലേക്ക് കടന്നു യാത്രയ്ക്കായുള്ള ബാഗ് ക്രമീകരിക്കാൻ തുടങ്ങി.

രാത്രി ഭക്ഷണം കഴിഞ്ഞപാടെ എയർപോർട്ടിലേക്ക് തിരിച്ചു. വഴിനീളെ മഴ കനത്തും നേർത്തും പെയ്തുകൊണ്ടിരുന്നു. ചിലനേരം,

ഇപ്പോൾ എല്ലാം തകർക്കുമെന്നാക്രോശിച്ച് കാറ്റ് ആഞ്ഞു വീശി. എതിർ ദിശയിൽ നിന്നുവരുന്ന വാഹനം അടുത്തുവരുമ്പോൾ ആരോ പ്രകാശ ഗോളം കണ്ണിലേക്ക് എറിയുന്നതായി തോന്നി. റോഡിൽ പലയിടത്തും, വെള്ളം കയറിയ നിലയിലായിരുന്നുവെങ്കിലും ചെക്കിങ് സമയ പരിധി യിൽ തന്നെ നെടുമ്പാശ്ശേരിയിൽ എത്താൻ കഴിഞ്ഞു. ബോർഡിങ് പാസും, എമിഗ്രേഷനും കഴിഞ്ഞ് ഡിപ്പാർച്ചർ ലോഞ്ചിൽ ഇരിക്കുമ്പോൾ, അപ്പോൾ ലാൻഡ് ചെയ്ത എമിറേറ്റ്സ് വിമാനത്തിൽ നിന്നിറങ്ങിയ യാത്രികരുടെ കൂട്ടത്തിൽ മാമൂൻസിദ്ധിഖിയുടെ അഞ്ചാം ഭാര്യ ഒരപ്സ രസിനെ പോലെ കടന്നു വരുന്നതായി എനിക്ക് തോന്നി. സ്ഫടിക ഭിത്തി യ്ക്കിപ്പുറം എന്നെ കണ്ടു ആദ്യം പകച്ചുപോയ അവർ പെട്ടെന്നു സമനില വീണ്ടെടുത്ത് പുഞ്ചിരിക്കുന്നു. പിന്നെ, എല്ലാറ്റിനുമുള്ള നന്ദി സൂചകമായി, കൈകൾ അന്തരീക്ഷത്തിലേക്ക് ചലിപ്പിച്ച് മുന്നോട്ട് ഉയർത്തി മന്ദം വീശി നീങ്ങുന്നു. അപ്പോൾ, അസഹ്യമായ വിധമുള്ള വെളുത്തുള്ളി മണം അവിടമെങ്ങും പരക്കാൻ തുടങ്ങി.

ഇരുട്ട് ഓടിമറയും മുമ്പ്

വെളുപ്പിനെ തെക്കോട്ടുള്ള ട്രെയിനിന്റെ ചൂളം വിളി കാതിൽ പെരുമഴ പോലെ മുഴങ്ങിയപ്പോൾ അവൾ ഉണർന്നു. പതിവുപോലെ സർവ്വ ദൈവങ്ങളേയും മനസ്സിൽ ഒരു നിമിഷം ധ്യാനിച്ച്, ഭർത്താവിനെ അലോസരപ്പെടുത്താതെ പുറത്തേക്കിറങ്ങി. അറിയുന്ന ദൈവങ്ങളോടെന്ന പോലെ അറിയാത്ത ദൈവങ്ങളോടും അവൾ പ്രാർത്ഥിക്കാറുണ്ട്. ആരാണ് ഒരു സഹായത്തിന് ഉപകാരപ്പെടുക എന്ന് അറിഞ്ഞുകൂടല്ലോ.

ഭർത്താവ് ആരെയോ പച്ചത്തെറി പറഞ്ഞുകൊണ്ട് കിടക്കയിൽ തിരിഞ്ഞുകിടന്നു. ഉറക്കത്തിലായാലും തെറിയുടെ കാഠിന്യത്തിനു കുറവില്ല. അയാൾക്ക് താമസിച്ച് എഴുന്നേറ്റാൽ മതി. തനിക്ക് അത് പോരാ. താൻ സ്ത്രീയാണ്. അതിരാവിലെ തന്നെ എഴുന്നേറ്റ് ഇരുളിന്റെ മറപറ്റി നടക്കണം. തെരുവ് പട്ടിയുടെ കടിയേല്ക്കാതെ സൂക്ഷിച്ച്... ആരുടെയും കണ്ണിൽപ്പെടാതെ ഒരിടത്ത് എത്തണം.

എന്തൊരു ഗതികേടാണ്... ഇങ്ങനെയൊക്കെ വന്നുഭവിക്കുമെന്ന് ഒരിക്കലും വിചാരിച്ചിരുന്നില്ല.

പുറത്ത് ആരെയോ ഭയപ്പെട്ടു നില്ക്കുന്ന മഞ്ഞിൽ മൂടിയ പ്രഭാതം. ഓരോ തുള്ളിയായിട്ടാണ് പ്രഭാതം വീഴുന്നത്. ആളെ തിരിച്ചറിയുന്ന അവസ്ഥയുണ്ടാകണമെങ്കിൽ അരമണിക്കൂറെങ്കിലും കഴിയണം. മങ്ങിയ, തെളിച്ചമില്ലാത്ത പ്രഭാതത്തെയാണ് അവൾക്കിഷ്ടം. അതു തന്നെയാണ് അവളുടെ സമയം. ക്ഷീണാധിക്യം കൊണ്ടോ മറ്റോ ഉറങ്ങി എഴുന്നേല്ക്കാൻ വൈകിയിരുന്നെങ്കിൽ അനുഭവിക്കേണ്ടി വരുമായിരുന്ന പരിതാപകരമായ അവസ്ഥ ഓർത്ത് അവൾ നുറുങ്ങി.

പതിവ് പോലെ എങ്ങും തികഞ്ഞ നിശ്ശബ്ദത. ഇത്രയേറെ ശാന്തമായിരുന്നിടമാണ് കഷ്ടിച്ച് ഒരു മണിക്കൂർ കഴിയുമ്പോൾ തിരക്കാൽ നിറ

യുന്നത്. ശീതക്കാറ്റ് ആഞ്ഞുവീശുന്നുണ്ട്. കുറച്ചുമുമ്പ് പെയ്ത മഴയുടെ ഈർപ്പം വിട്ടുമാറാത്ത സ്നേഹംപോലെ പുൽനാമ്പുകളെ പൊതിഞ്ഞിരിക്കുന്നു.

കൂരയ്ക്ക് വെളിയിലെത്തിയപ്പോഴേക്കും അവളെ തൊട്ടുണർത്തിയ ട്രെയിൻ കണ്ണെത്തും ദൂരത്തുള്ള സ്റ്റേഷനിൽനിന്ന് പുറപ്പെട്ടിരുന്നു. അതൊരു ചെറിയ സ്റ്റേഷനായതുകൊണ്ട് അഞ്ച് മിനിറ്റ് മാത്രമേ അവിടെ നിർത്തുകയുള്ളൂ. കയറാനും ഇറങ്ങാനും ചുരുക്കംപേർ. അവളൊരിക്കലും പോയിട്ടില്ലാത്ത ഏതോ നഗരത്തിൽനിന്ന് പുറപ്പെട്ട് അവൾക്ക് അറിയാത്ത ഏതോ സ്ഥലത്തേക്ക് പുറപ്പെടുന്ന ആ ലോഹപേടകത്തെ അവൾ ഉള്ളംനിറയുന്ന കൃതജ്ഞതയോടെ കൈവീശി ഒരുനിമിഷം പുലർകാല ഇരുളിൽ നിന്നു.

ഇവിടെ വന്നതിനു ശേഷം എത്രയോ വട്ടം കണ്ടിട്ടുണ്ട് ഈ ലോഹ കൂടാരത്തെ. എങ്കിലും കണ്ട് കൊതി തീരുന്നില്ല. ട്രെയിനും കടലുമാണ് അവളെ ഇങ്ങനെ കീഴടക്കുന്നത്. സ്കൂളിൽനിന്ന് വിനോദയാത്രയ്ക്ക് പോകുമ്പോഴാണ് ആദ്യമായി ഇരുവരേയും കണ്ടത്. നിരനിരയായി പ്ലാറ്റ്ഫോം ടിക്കറ്റ് എടുത്ത് നഗരത്തിലെ സ്റ്റേഷനിൽ പോയി കാത്തിരുന്നാണ് ആ വലിയ പെരുമ്പാമ്പിനെ കണ്ടത്. സ്റ്റേഷനിൽനിന്ന് തീരത്തേക്ക് ഏറെ ദൂരമുണ്ടായിരുന്നു. കടൽക്കരയിൽ എത്തുമ്പോൾ ഇരുട്ടു വീണിരുന്നു. ഇരുളിമയിൽ കടൽ കാണാൻ കഴിഞ്ഞില്ല. തിരകളുടെ ഇരമ്പലിലൂടെ അവളും സഹപാഠികളും കടലിനെ അനുഭവിച്ചു.

വിവാഹം കഴിക്കുമെങ്കിൽ എൻജിൻ ഡ്രൈവറെയോ ബോട്ട് ഡ്രൈവറെയോ ആയിരിക്കുമെന്ന് അവൾ ഒരിക്കൽ നിശ്ചയിച്ചിരുന്നതാണ്. യാതൊരു പരിഷ്കാരവും തീണ്ടിയിട്ടില്ലാത്ത ഒരു ഗ്രാമീണ യുവതി അങ്ങനെ ആഗ്രഹിക്കാൻ പാടില്ല എന്ന് അവൾ പിന്നീട് തിരിച്ചറിഞ്ഞു. ആഗ്രഹിക്കുന്നതിനും യോഗ്യതകൾ വേണമെന്ന് കാലം അവളെ പഠിപ്പിച്ചു.

അവളുടെ താല്പര്യപ്രകാരമല്ലാതെയുള്ള വിവാഹത്തിലൂടെയാണ് നഗരപരിസരത്തുള്ള ചേരിയിൽ അവൾ എത്തപ്പെട്ടത്. നഗരത്തിലെ ഹോട്ടലിൽ ജോലി ചെയ്യുന്ന നാട്ടുകാരൻ മുഖേന ഈ വിവാഹാലോചന വന്നപ്പോൾ വീട്ടുകാർ അതൊരു സൗഭാഗ്യമായി കരുതി. ചെറുക്കനു നഗരത്തിലെ മാർക്കറ്റിൽ ജോലി. താമസിക്കാൻ വീട് എന്നിങ്ങനെ ഇടനിലക്കാരൻ വിശേഷണങ്ങളുടെ ലിസ്റ്റ് നീട്ടുമ്പോൾ നിരക്ഷരായ വീട്ടുകാർ മയങ്ങി. മുന്തിയ ആശുപത്രിയും സ്കൂളും കോളജുമുള്ള ഇടത്തേക്കുള്ള ബന്ധം ഒരു പുണ്യനദി ഒഴുകി വരുന്നതുപോലെ അവർ സ്വീകരിച്ചു. മലയോര പട്ടണത്തിൽനിന്ന് വനമാർഗ്ഗം ഏറെ സഞ്ചരിച്ച് എത്തുന്ന പ്രാഥമികാരോഗ്യ കേന്ദ്രം പോലുമില്ലാതിരുന്ന ഗ്രാമമായിരുന്നു അവളുടേത്. വൈദ്യുതി എല്ലാ കോണിലും എത്തിയിരുന്നില്ല.

വാഹനം കടന്നുപോകുമ്പോൾ പൊടിയാൽ മൂടുന്ന വീഥികളിൽ നിന്നും ദുരിത ജീവിത പരിസരത്തിൽനിന്നും രക്ഷപ്പെടണമെന്ന ഉള്ളിന്റെ ഉള്ളിലെ ആഗ്രഹം. തന്റെ എതിർപ്പിനെ മയപ്പെടുത്തിയിരുന്നുവെന്ന്

അവൾ തിരിച്ചറിയുന്നുണ്ട്. ചില കാര്യങ്ങൾ അനുഭവിച്ചുതന്നെ തീർക്കണം എന്നവൾ ആശ്വസിക്കുകയാണ്.

ഗ്രാമത്തിലെ അവളുടെ വീട്ടിൽവെച്ചു നടന്ന വിവാഹം കഴിഞ്ഞു ഭർത്താവിനൊപ്പം യാത്ര പുറപ്പെട്ടെങ്കിലും ഈ നഗരകോണിൽ എത്തുമ്പോൾ സന്ധ്യ പിന്നിട്ടിരുന്നു. ഏതോ ആഘോഷങ്ങളുടെ ഭാഗമായി അലങ്കരിച്ച വിശാലമായ വീഥികളിലൂടെ സഞ്ചരിക്കുമ്പോൾ മനസ്സ് സന്തോഷിച്ചെങ്കിലും തിരക്കേറിയ കവലയിൽനിന്നുള്ള ഇടുങ്ങിയ വഴികളിലൂടെ വാഹനം സഞ്ചരിക്കാൻ തുടങ്ങിയപ്പോൾ തലയിൽ ചൂടിയ വാടിയ പുഷ്പങ്ങൾ പോലെയാണ് തന്റെ പ്രതീക്ഷകളുമെന്നു ബുദ്ധിമതിയായ അവൾക്ക് ഊഹിക്കാൻ കഴിഞ്ഞു. ഓടയിലൂടെ അല്ലാതെ മലിനജലം ഒഴുകുന്ന കുടുസ്സുവഴികൾ താണ്ടി വാഹനം മുന്നോട്ട് പോകുമ്പോൾ പൊതുടാപ്പിൽനിന്ന് വെള്ളമെടുക്കാൻ നില്ക്കുന്ന നീണ്ടപെൺനിര.

മാലിന്യം വീണ വഴികളും ദുർഗ്ഗന്ധം കലർന്ന കാറ്റുമുള്ള പ്രദേശത്ത് എത്തിയപ്പോൾ വിവാഹം കഴിഞ്ഞ് അവൾ സഞ്ചരിച്ച വാഹനം നിന്നു. ഉയരം കുറഞ്ഞ ചുവരുകളുള്ള ചെറിയ വീട്. കാലപ്പഴക്കം ചെന്ന ഓടും തകരവും പങ്കുവെക്കുന്ന മേൽക്കൂര. നഗരത്തിലെ ഭർത്താവിന്റെ വീട് കണ്ട് അവൾ ഒന്നും പറഞ്ഞില്ല.

ആദ്യരാത്രിയുടെ ആലസ്യംമൂലം ഉറങ്ങിപ്പോയ ആ പ്രഭാതത്തിൽ അനുഭവിച്ച പൊറുതികേട് ജീവനുള്ള കാലം മറക്കാവതല്ല. കണ്ണ് തുറന്നത് നിറഞ്ഞ പ്രകാശത്തിലേക്കും നാനാവിധത്തിലുള്ള സ്വരങ്ങളിലേക്കുമാണ്. പരിസരമൊന്നു പരിചയപ്പെടുത്താൻ കൂടി മിനക്കെടാതെ ഭർത്താവ് പുറത്തു പോയിരുന്നു. മറ്റാരും വീട്ടിൽ ഉണ്ടായിരുന്നില്ല. ദിനചര്യകൾ തകിടം മറിഞ്ഞു. ശാരീരികാസ്വാസ്ഥ്യങ്ങൾ വീർപ്പുമുട്ടി.

ഈ നഗരപ്രാന്തത്തിലെ ചേരിയിൽ താമസമായതിനു ശേഷം ഇരുട്ട് ഓടിമറയുംമുൻപേ ഉണരേണ്ടത് അനിവാര്യതയായി മാറിയത് അങ്ങനെയാണ്. പലതവണ ഓർമ്മപ്പെടുത്തിയപ്പോഴാണ് ഭർത്താവ് അലാറം വാങ്ങിയത്. അത്രയൊന്നും പരിഷ്കാരിയാകേണ്ട എന്നൊരു നോട്ടമായിരുന്നു അതു തന്നപ്പോൾ. അലാറം ഉപയോഗിക്കുന്നതു പോലും അനാവശ്യമായി കരുതുന്ന മൊശടന്റെ കൂടെയാണല്ലോ തന്റെ ജീവിതം പങ്കുവെക്കേണ്ടതെന്ന ആലോചന അവളെ നിരാശാഭരിതയാക്കിയിരുന്നു.

ബാറ്ററി കേടുവന്നതു മൂലം അലാറം നിലച്ച പ്രഭാതത്തിൽ അവൾ വീണ്ടും പ്രതിസന്ധിയിലായി. അങ്ങനെയാണ് വെളുപ്പിന് തെക്കോട്ടു പോകുന്ന ട്രെയിനിന്റെ ഇരമ്പൽ കേട്ടുണരാൻ മനസ്സിനെ പരിശീലിപ്പിച്ചത്. ദൂരെനിന്നുള്ള ചൂളംവിളി കേൾക്കുമ്പോൾ തന്നെ അവൾ ഈശ്വരചിന്തയോടെ ഉണരും. കാതിലേക്ക് ഒരു പ്രഹരം പോലെ ഇരമ്പൽ അടുത്തു വരുമ്പോൾ പതുക്കെ കൂരയിൽനിന്ന് പുറത്തേക്ക്. ഇന്നുവരെ ആ ലോഹപേടകം വൈകുകയോ വരാതിരിക്കുകയോ ചെയ്തിട്ടില്ല. ഒരിക്കൽ ഒരെഞ്ചിൻ ഡ്രൈവറെ നിശ്ശബ്ദം മോഹിച്ചതുകൊണ്ടായിരിക്കുമോ?

ചേരികളിലെ ചെറുകൂരകൾക്ക് ശേഷമാണ് കുറ്റിക്കാടുകൾ നിറഞ്ഞ

വിജനമായ പ്രദേശം. ഏതോ തോന്നലിൽ തിരിഞ്ഞുനോക്കുമ്പോൾ ചാവാലിപ്പട്ടി പിന്നിൽ. ചില ദിവസങ്ങളിൽ മാത്രം അതിനെ കാണും. പരിചയഭാവത്തിൽ വാലാട്ടും. ഒട്ടുമേ അപകടകാരിയല്ല. അവൾ നടക്കുമ്പോൾ അതു പിന്നാലെ വന്നു. നിന്നപ്പോൾ അലസമായി ചുറ്റും നോക്കിനിന്നു. പിന്നെ കാണാതായി. ഇതെന്തൊരു മറിമായം എന്നോർത്ത് മനസ്സിൽ കുടുകുടെ ചിരിച്ച് അവൾ അടുത്ത നിമിഷാർദ്ധത്തിൽ കുറ്റിക്കാടിന്റെ നിറംകെട്ടുതുടങ്ങിയ വന്യതയിൽ മുങ്ങി.

പൊന്തക്കാട്ടിൽ അവൾ ഒളിക്കുന്ന സമയം അവനു കൃത്യമായിരുന്നു. അവളുടെ രാവിലെയുള്ള വരവും പോക്കും അവനോളം ആരും മനസ്സിലാക്കിയിട്ടില്ല. അന്യസംസ്ഥാനത്ത് വന്നിട്ട് അനുഭവിക്കാൻ പോകുന്ന ആനന്ദമോർത്ത് അവന്റെ കണ്ണുകൾ തിളങ്ങി. തന്റെ കരുത്തിൽ പിടയുന്ന ഇരയുടെ ആർത്തനാദത്തെ എങ്ങനെ നിശ്ശബ്ദമാക്കണമെന്ന് അവൻ എത്രയോ മുന്നേ പഠിച്ചിരുന്നു.

പിറ്റേ ദിവസത്തെ പത്രത്തിൽ പൊന്തക്കാട്ടിൽ അജ്ഞാത യുവതിയുടെ മൃതദേഹം എന്നൊരു ചെറിയ കോളം വാർത്തയുണ്ടായിരുന്നു.

മല വിളിക്കുന്നു

ഭീമമായ വിമാനയാത്രാക്കൂലി നല്കി പൂക്കാട്ടുമല പ്രശാന്തൻ കുടുംബമായി ഗൾഫിൽനിന്ന് നാട്ടിൽപ്പോയി വന്നിട്ട് അധിക നാളുകളൊന്നുമായിരുന്നില്ല. കഷ്ടിച്ച് രണ്ടു മാസം. എന്നിട്ടും ഇപ്പോൾ അയാൾ നാട്ടിലേക്ക് യാത്ര തിരിക്കാനുള്ള ഒരുക്കത്തിലാണ്. എന്തിനാണ് രണ്ടു മാസം മാത്രം പിന്നിടുന്ന ഈ നേരത്ത് വീണ്ടും ഒരു യാത്ര പോവുന്നതെന്ന ഭാര്യ രമയുടെയോ ഓഫീസിലെ മാത്യൂസ് സാറിന്റെയോ ചോദ്യത്തിന് കൃത്യമായി മറുപടി പറയാൻ പ്രശാന്തന് കഴിയുന്നില്ല. അയാളുടെ മനസ്സിൽ എന്തോ ഉണ്ട്. പക്ഷേ, അതുകൊണ്ട് പ്രകടിപ്പിക്കാൻ കഴിയുന്നതല്ല എന്നൊരു ഭാവം. ഭർത്താവ് എപ്പോഴൊക്കെ ആ വിധം കൃത്യതയില്ലാതെ വിവരങ്ങൾ പറഞ്ഞുവോ, അന്നൊക്കെ കാര്യങ്ങൾ ശുഭപര്യവസായിയായിട്ടില്ലെന്ന് രമയോർത്തു. ഉടനടി ഒരു നാട്ടുയാത്രയുണ്ടാക്കിയേക്കാവുന്ന സാമ്പത്തിക ബാദ്ധ്യത ഭർത്താവിനെ അലട്ടുന്നില്ലെന്നത് അവളെ തീർത്തും ആശങ്കാകുലയാക്കി.

“നിന്റെ അച്ഛനും അമ്മയും ജീവിച്ചിരിപ്പില്ലല്ലോ പ്രശാന്താ. പിന്നെ ആരെ കാണാനാ നീയിപ്പോ ഇത്ര തിരക്കിട്ട് നാട്ടിലേക്ക് പോകുന്നത്. ഏതാനും മാസങ്ങൾ കഴിഞ്ഞാൽ വേനലവധിക്ക് സ്കൂൾ അടയ്ക്കുമ്പോൾ കമ്പനി ചെലവിൽ കുടുംബമായി തന്നെ അവധിക്ക് പോകാം.”

അവധിക്കായുള്ള അപേക്ഷ സ്വീകരിക്കുമ്പോൾ മാത്യൂസ് സാർ പ്രശാന്തന്റെ യാത്ര തടസ്സപ്പെടുത്താനുള്ള കാരണങ്ങൾ നിരത്തി. പ്രശാന്തൻ ജോലി ചെയ്യുന്ന വെയർഹൗസിന്റെ മാനേജരാണ് അയാൾ. ജോലിഭാരം ഏറി വരുന്ന നാളുകളായതിനാൽ തൊഴിലാളികളെ അവധിക്കായി അയക്കാൻ പാടില്ല എന്ന് മുകളിൽനിന്നുള്ള നിർദ്ദേശം അനുസരിക്കാൻ അയാൾ ബാദ്ധ്യസ്ഥനാണ്.

പത്തു കൊല്ലം മുമ്പ്, കൊച്ചിയിൽവെച്ചു നടന്ന ഇന്റർവ്യൂവിൽ കമ്പനിയെ പ്രതിനിധീകരിച്ച് എത്തിയത് മാത്യൂസ് സാറായിരുന്നു. പ്രത്യേകിച്ച് യാതൊരു പ്രവൃത്തി പരിചയവുമില്ലാത്ത തന്നെ ജോലിക്ക് എടുത്തത് വലിയ ഔദാര്യമായിട്ടാണ് പ്രശാന്തൻ എന്നും കരുതിയത്. ആ സ്നേഹവും ബഹുമാനവും നന്ദിയും എന്നും അയാൾ മനസ്സിൽ സൂക്ഷിക്കുന്നുണ്ട്.

പ്രശാന്തൻ ഒന്നും മിണ്ടാതെ ഭവ്യതയോടെ മാത്രം നിന്നു.

"നിനക്ക് അടിയന്തരമായി ചികിത്സ നേടേണ്ട എന്തെങ്കിലും അസുഖമൊന്നുമില്ലല്ലോ?"

"ഇല്ല..."

"നാട്ടിലിപ്പോ പാർലമെന്റിലെക്കോ, അസംബ്ലിയിയിലേക്കോ, വാർഡിലേക്കോ തിരഞ്ഞെടുപ്പ് നടക്കുന്ന കാലമല്ലല്ലോ?"

"അല്ല..."

പൂക്കാട്ടുമല പ്രശാന്തൻ മാധ്യമശ്രദ്ധ നേടിയ പരദേശ രാഷ്ട്രീയ പ്രവർത്തകനാണ്. എന്നാൽ നാട്ടിൽ ജീവിച്ച 25 കൊല്ലക്കാലം ഏതെങ്കിലും തരത്തിലുള്ള രാഷ്ട്രീയ പാർട്ടിയുടെ പ്രവർത്തനത്തിൽ അയാൾ പങ്കാളിയായിട്ടില്ല. നാട്ടിലെ ചെറുപ്പക്കാർ തൊഴിലിനു വേണ്ടിയുള്ള കടുത്ത പ്രക്ഷോഭങ്ങളിൽ പങ്കെടുത്ത നാളുകളിലും അയാൾ കുടുംബപരമായി ലഭിച്ച ഭൂമിയിലെ കൃഷിയിൽ വ്യാപൃതനായി കഴിഞ്ഞു. ക്രമേണ, കൃഷി ഉല്പന്നങ്ങൾക്ക് ന്യായമായ വില ലഭിക്കാതെ വരുകയും ജീവിതം ദുരിത പൂർണ്ണമായി തീരുകയും ചെയ്തപ്പോഴാണ് അയാൾ പുരാതനമായ ആ ഗൾഫ് നഗരത്തിലേക്ക് ജോലിക്കായി വന്നത്. ജോലിസമയം കഴിഞ്ഞുള്ള ഇടവേളകൾ വല്ലാതെ വിരസമായി തുടങ്ങിയപ്പോൾ നാട്ടിലെ രാഷ്ട്രീയ പാർട്ടിയുടെ അംഗീകാരമുള്ള സംഘടനയിൽ ചേർന്ന് പ്രവർത്തിക്കാൻ തീരുമാനിച്ചു. നേതാക്കൾ ഫണ്ട് പിരിവിനായി എത്തുമ്പോൾ അവരെ സ്വീകരിക്കുക, ബിസിനസ് നടത്തി സാമ്പത്തികമായി ഉയരങ്ങളിൽ എത്തിയ മലയാളി ബിസിനസ് പ്രമുഖരെ നേതാവുമായി പരിചയപ്പെടുത്തുക, നേതാവ് മടങ്ങുമ്പോൾ ഉപഹാരമായി ലഭിച്ചതും വാങ്ങിയതുമായ സാധനങ്ങൾ അടങ്ങിയ കനത്ത പെട്ടികൾ ഭംഗിയായി ഒരുക്കി കൊടുക്കുക തുടങ്ങിയ സംഘടനാപരമായ ഉത്തരവാദിത്വങ്ങൾ നിറവേറ്റാൻ അണികൾ മത്സരിക്കുമ്പോൾ, സംഘടനയുടെ ജീവകാരുണ്യപരമായ പ്രവർത്തനങ്ങളിൽ കേന്ദ്രീകരിക്കുകയായിരുന്നു അയാൾ ചെയ്തത്. ശമ്പളം ലഭിക്കാതെ ലേബർ ക്യാമ്പുകളിലും മറ്റും കഴിയുന്നവരെ ആവതും സഹായിക്കുക, വിസ തട്ടിപ്പിനിരയായവരെയും സ്പോൺസറുടെ പീഡനം സഹിക്കാനാവാതെ വീട് വിട്ടിറങ്ങിയ വേലക്കാരികളെയും എംബസിയുടെ സഹായത്തോടെ നാട്ടിലെത്തിക്കുക തുടങ്ങിയ കാര്യങ്ങൾ. ഓഫീസ് വിട്ട് വൈകുന്നേരങ്ങളിൽ മാത്യൂസ് സാർ കുടുംബത്തോടൊപ്പം ചെലവഴിക്കുകയും പൊതു അവധി ദിനങ്ങളിൽ പരലോക ജീവിതം സന്തോഷകരമായിത്തീരാൻ പ്രാർത്ഥനാ

യോഗങ്ങളിൽ മുഴുകുകയും ചെയ്യുമ്പോൾ, പൂക്കാട്ടുമല പ്രശാന്തൻ തനിക്ക് മനഃശാന്തി ലഭിക്കുന്ന ഇത്തരം ജീവകാരുണ്യപരമായ പ്രവർത്തനങ്ങളിൽ മുഴുകും. രാത്രി അയാളുടെ വരവും കാത്തിരുന്ന് തളർന്ന ഭാര്യയും, കുട്ടികളും ഉറങ്ങിക്കഴിയുമ്പോൾ അയാൾ കള്ളനെ പോലെ ഒച്ചയില്ലാതെ വാതിൽതുറന്നു മേശപ്പുറത്തു അടച്ചുവച്ചിരുന്ന തണുത്തുതുടങ്ങിയ ആഹാരം പരാതികളൊന്നുമില്ലാതെ കഴിച്ച് കിടക്കയിൽ വീഴും.

ജോലി വെയർഹൗസ് സൂക്ഷിപ്പുകാരൻ എന്ന നിലയ്ക്കാണെങ്കിലും നിങ്ങൾ എന്ത് ചെയ്യുന്നുവെന്ന ചോദ്യത്തിനു ഞാനൊരു എളിയ ജീവകാരുണ്യ പ്രവർത്തകൻ എന്നാണു പൂക്കാട്ടുമല പ്രശാന്തൻ സ്വയം പരിചയപ്പെടുത്തുന്നത്. തന്റെ മരണശേഷം ആരെങ്കിലും തന്നെ ഓർമ്മിക്കുമെങ്കിൽ അതൊരിക്കലും ഒരു നിർമ്മാണ കമ്പനിയിലെ വെയർഹൗസ് സുക്ഷിപ്പുകാരൻ എന്ന നിലയിലല്ല, സഹജീവികളോട് കരുണ ചൊരിഞ്ഞ നല്ല മനുഷ്യൻ എന്ന നിലയ്ക്കായിരിക്കണം എന്നയാൾ ആഗ്രഹിക്കുന്നു. അതിനർത്ഥം മരിച്ചു കഴിഞ്ഞുള്ള ആ സല്പേരിനായിട്ടാണ് അയാൾ ജീവകാരുണ്യപരമായ പ്രവർത്തനങ്ങൾ നടത്തുന്നത് എന്ന് അർത്ഥമില്ല. മറ്റെന്തു ചെയ്താലും കിട്ടാത്ത ആത്മസംതൃപ്തിയാണ് ദുരിതക്കയത്തിൽനിന്ന് ഒരാളെ കരകയറ്റുമ്പോൾ അയാൾ അനുഭവിക്കുന്നത്. ആ ചാരിതാർത്ഥ്യമാണ് ജീവിതത്തെ മുന്നോട്ട് നയിക്കുന്നത്.

നാട്ടിൽ എന്തെങ്കിലും ജോലി ലഭിക്കുമായിരുന്നെങ്കിൽ പൂക്കാട്ടുമല പ്രശാന്തൻ ഒരിക്കലും പരദേശി കുപ്പായം അണിയുമായിരുന്നില്ല. പഞ്ചായത്തിലോ, വില്ലേജ് ഓഫീസിലോ, സഹകരണ ബാങ്കിലോ ശിപായി ജോലിയെങ്കിലും കിട്ടിയിരുന്നെങ്കിൽ ആത്മ സംതൃപ്തിയോടെ അയാൾ നാട്ടിൽത്തന്നെ കഴിച്ചു കൂട്ടുമായിരുന്നു. തന്റെ ജൈവ കാർഷിക പരീക്ഷണങ്ങളിൽ മുഴുകി ഭാര്യാസമേതം സസന്തോഷം ജീവിക്കുമായിരുന്നു. നിർഭാഗ്യവശാൽ നിരവധി തൊഴിൽ പരീക്ഷകളിൽ പങ്കുകൊണ്ടെങ്കിലും അതിലൊന്നും അയാൾ വിജയിച്ചില്ല.

പൂക്കാട്ടുമല പ്രശാന്തൻ ദേഹം കൊണ്ട് ഈ മണൽ നഗരത്തിലായിരിക്കുമ്പോഴും മനസ്സുകൊണ്ട് നാട്ടിലായിരുന്നു. തിരക്ക് കുറഞ്ഞ ഓഫീസ് നേരങ്ങളിൽ അയാൾ മനസ്സിനെ ഇടുങ്ങിയ നാട്ടിട വഴിയിലൂടെ മേയാൻ വിടും. കണ്ണ് തുറന്നു വച്ചു കൊണ്ട് ഒരു മനഃസഞ്ചാരം. എതിരെ വരുന്ന കരക്കാരോട് കുശലം പറഞ്ഞു കാറ്റും മഴയും വെയിലും കൊണ്ട് നടക്കും. വഴിയരുകിൽ പൂത്തുനില്ക്കുന്ന നാനാതരം സസ്യലതാദികളുമായി സംവദിച്ചുമാണ് ഈ യാത്ര. എതിരെ വരുന്നവരുടെ പേരുകളും അവരുടെ അച്ഛനമ്മമാരുടെ പേരുകളും പ്രശാന്തന് അറിയാമായിരുന്നു. ഓണത്തിനു പുലിക്കളിക്കാരുടെ കൂടെയും, ക്രിസ്മസിന് കരോൾ സംഘത്തിനൊപ്പവും, വായനശാലാ വാർഷികത്തിന് പിരിവിനായി കമ്മിറ്റിക്കാരുടെ ഒപ്പവും ചേർന്ന് നാട്ടിലെ എല്ലാ

വീടുകളിലും അയാൾ ഒരിക്കലെങ്കിലും ചെന്നിട്ടുണ്ടായിരുന്നു.

നാടുവിട്ടതിനു ശേഷം, ഫേസ്ബുക്കും പൂക്കാട്ടുമല എന്ന വാട്സാപ്പ് ഗ്രൂപ്പും ഓരോ നാട്ടുവിശേഷവും അയാളുടെ കണ്ണിലും കാതിലുമെത്തിച്ചു. ഒഴിവ് നേരങ്ങളിൽ അയാൾ ഗൂഗിൾ എർത്തിലൂടെ, നാട് കൊതിയോടെ പേർത്തും പേർത്തും കണ്ട് തന്റെ പുറംനാട് ജീവിതത്തിന്റെ കാഠിന്യം കുറച്ചു. വിദൂരതയിൽ ഇരുന്ന്, നാടിനെ തൊടാനും മണക്കാനും പറ്റുന്ന കമ്പ്യൂട്ടർ സംവിധാനം തന്റെ ജീവിത കാലത്ത് ഉണ്ടായെങ്കിൽ എന്നയാൾ ആത്മാർത്ഥമായി കൊതിച്ചു.

ഏറെ ശ്രമഫലമായിട്ടാണു പൂക്കാട്ടുമല പ്രശാന്തന് പത്തു ദിവസത്തെ അവധി അനുവദിച്ച് കിട്ടിയത്. ആ പത്തു ദിവസം എങ്ങനെ താനും കുട്ടികളും മാത്രമായി ആ നഗരത്തിൽ ജീവിക്കുമെന്നോർത്ത് രമയ്ക്ക് ആധിയായി. ഭർത്താവില്ലാതെ പരദേശത്ത് ജീവിക്കേണ്ടി വരുന്നത് ആദ്യമായാണ്. സ്ത്രീകൾക്ക് ഏകയായി പുറത്തിറങ്ങാനുള്ള സ്വാതന്ത്ര്യം അവർ താമസിക്കുന്ന രാജ്യത്ത് ഉണ്ടായിരുന്നില്ല. വർഷങ്ങളായി ആ നഗരത്തിൽ താമസിക്കുന്നുണ്ടെങ്കിലും ഏതെങ്കിലും ഒരു ഷോപ്പിങ് മാളിലോ, ആശുപത്രിയിലോ പോകാനുള്ള വഴികൾ രമയ്ക്ക് തിട്ടമുണ്ടായിരുന്നില്ല. ഈ നഗരത്തിൽ തന്റെ അവസ്ഥ ഒരു ശിശുവിനേക്കാൾ പരിതാപകരമാണെന്ന് രമ ആദ്യമായി തിരിച്ചറിഞ്ഞു. തന്റെ അഭാവത്തിൽ ഏതെങ്കിലും കുറവു കുടുംബത്തിനു ഉണ്ടാകരുതെന്ന് നിർബ്ബന്ധമുള്ള പ്രശാന്തൻ അരിയും പലചരക്ക് സാധനങ്ങളും ആവശ്യത്തിനുണ്ടെന്നു ഉറപ്പു വരുത്തുകയും അത്യാവശ്യം പച്ചക്കറിയും പഴങ്ങളും ഫ്രിഡ്ജിൽ സൂക്ഷിക്കുകയും ചെയ്തു. പാലിനും ഗ്യാസിനും ബോട്ടിൽ വെള്ളത്തിനും ഫ്ളാറ്റിന്റെ കാവല്ക്കാരനെ ചുമതലപ്പെടുത്തി. പക്ഷേ, എല്ലാം ക്രമീകരിച്ചിട്ടാണ് താൻ നാട്ടിലേക്ക് പോകുന്നതെന്ന അയാളുടെ ആത്മസംതൃപ്തിക്ക് തീരെ ആയുസ്സുണ്ടായില്ല.

"കുട്ടികൾക്ക് എന്തെങ്കിലും അസുഖം വന്നാൽ ഞാൻ ഒറ്റയ്ക്ക് എന്ത് ചെയ്യും പ്രശാന്തേട്ടാ?"

പ്രശാന്തന് ദേഷ്യം വരുന്നുണ്ടായിരുന്നു. എന്നാൽ അതു പ്രകടിപ്പിക്കാൻ ഇതല്ല അവസരമെന്ന് തിരിച്ചറിഞ്ഞ അയാൾ ശാന്തനായി. അടുത്ത മുറിയിലെ താമസക്കാരനായ ഷംസുദ്ദീനെ വിളിച്ച് എന്തെങ്കിലും അടിയന്തരമായ സഹായം വേണ്ടി വന്നാൽ ചെയ്തു കൊടുക്കണമെന്നു ഓർമ്മിപ്പിച്ചു.

എന്തൊക്കെ ക്രമീകരിച്ചിട്ടും രമയുടെ മുഖം പ്രസാദമായില്ല. തന്നിൽ നിന്നു അന്യമായി ഒരു രഹസ്യവും ഭർത്താവിനുണ്ടാവില്ല എന്ന ആത്മവിശ്വാസമാണിപ്പോൾ തകരുന്നത്. എന്തിനാണ് തന്റെ ഭർത്താവ് അടിയന്തരമായി നാട്ടിലേക്ക് പുറപ്പെടുന്നത് എന്നറിയാനുള്ള അവകാശം തനിക്ക് ഇല്ലാത്തത് രമയെ നിരാശയാക്കി. പത്തു കൊല്ലം തന്നോടൊപ്പം ശയിച്ച പ്രശാന്തൻ എന്ന പുരുഷൻ പൊടുന്നനെ അന്യമായതുപോലെ.

ആവർത്തിച്ചുള്ള ചോദ്യങ്ങൾക്ക് തൃപ്തികരമായ ഒരുത്തരവും

ഭർത്താവിൽനിന്ന് ലഭിക്കാതെയായപ്പോൾ രമ സ്ത്രീസഹജമായ അവസാന ആയുധം പ്രയോഗിച്ചു.

"നിങ്ങൾക്ക് ഞാനല്ലാതെ നാട്ടിൽ വേറെ പെണ്ണുണ്ടോ?. അവളെ രഹസ്യമായി കാണാനല്ലേ നിങ്ങൾ എന്നെയും പിള്ളാരെയും ഇവിടെയാക്കി ഒറ്റയ്ക്ക് പോകുന്നത്? എന്താ കഴിഞ്ഞ അവധിക്കാലത്ത് അവളെ കാണാൻ കഴിഞ്ഞില്ലെന്നുണ്ടോ?"

"നീ അനാവശ്യം പറയരുത്.. പിള്ളാർ അങ്ങേ മുറിയിലുണ്ടെന്നത് മറക്കേണ്ട..."

"എന്നാ പറ....എന്തിനാണ് എന്നെയും പിള്ളാരെയും ഇവിടെ തനിച്ചാക്കി ഇപ്പോ നാട്ടിലേക്ക് പോകുന്നത്? ആൺതുണയില്ലാതെ മുറിക്കു വെളിയിൽ പോലും ഇറങ്ങാൻ കഴിയാത്ത ഈ നഗരത്തിൽ എന്നെ തനിച്ചാക്കി പോകാൻ നിങ്ങൾക്ക് എങ്ങനെ മനസ്സ് വന്നു?"

നേരിട്ടൊരു ഉത്തരം നല്കാൻ ശ്രമിക്കാതെ പ്രശാന്തൻ തലേദിവസത്തെ പ്രമുഖ മലയാള പത്രത്തിന്റെ ചരമക്കോളത്തിലേക്ക് വിരൽ ചൂണ്ടി. അതിലെ ഒരു ചരമ വാർത്തയിൽ അയാൾ മഞ്ഞ ഹൈലൈറ്റർ കൊണ്ട് അടയാളപ്പെടുത്തിയിരുന്നു.

"പരമേശ്വരനമ്മാവൻ മരിച്ചു. അമ്മയുടെ വകയിലൊരാങ്ങളയായി വരും. ഒന്ന് തലകാട്ടിയില്ലെങ്കിൽ പദ്മവും സന്തോഷും വിജയനുമൊക്കെ എന്ത് വിചാരിക്കും?"

"ആരാ ഞാനറിയാത്ത ഈ പരമേശ്വരനമ്മാവൻ? ആരാ ഈ പദ്മവും സന്തോഷും, വിജയനും?"

"ഞാൻ പറഞ്ഞില്ലേ... അമ്മയുടെ വകയിലൊരാങ്ങളയാ. പദ്മവും സന്തോഷും വിജയനുമൊക്കെ അമ്മാവന്റെ മക്കളാ.."

യാത്രാബാഗ് തയ്യാറാക്കുകയായിരുന്ന പ്രശാന്തന്റെ തോളിൽ ബലമായി പിടിച്ച് കുലുക്കികൊണ്ട് രമ ചോദിച്ചു.

"സത്യം പറ പ്രശാന്തേട്ടാ ആരാണ് ഈ പരമേശ്വരനമ്മാവൻ. ഞാൻ അങ്ങനെയൊരാളെ കണ്ടിട്ടും കേട്ടിട്ടുമില്ലല്ലോ? നിങ്ങളുമായി ഇത്ര അടുപ്പം ഉണ്ടായിരുന്നെങ്കിൽ നമ്മുടെ കല്യാണത്തിനെങ്കിലും വരുമായിരുന്നില്ലേ."

വിളിക്കാത്ത കല്യാണത്തിനു ആരെങ്കിലും വരുമോ എന്ന് ചോദിക്കാൻ തോന്നിയെങ്കിലും പ്രശാന്തൻ ചോദിച്ചില്ല. സ്വന്തക്കാരനും നാട്ടുകാരനുമൊക്കെ ആയിരുന്നെങ്കിലും താനോ അമ്മയുമായോ യാതൊരുവിധ അടുപ്പവും മരണപ്പെട്ട പരമേശ്വരനമ്മാവനുണ്ടായിരുന്നില്ല. അച്ഛന്റെ മരണത്തിനു ശേഷം അടിക്കടിയുണ്ടാവുന്ന സാമ്പത്തിക പ്രതിസന്ധിയിൽ പലപ്പോഴും ഒരു താങ്ങാകാൻ, നല്ല സാമ്പത്തിക സ്ഥിതിയിലുള്ള അമ്മാവനെ കണ്ടെങ്കിലും എന്നും നിരാശയായിരുന്നു ഫലം. മധുരമായ പ്രതികാരമെന്ന നിലയ്ക്കാണ് എല്ലാ ബന്ധുജനങ്ങളെയും വിവാഹത്തിനു ക്ഷണിച്ചപ്പോൾ, പരമേശ്വരനമ്മാവനെ ഒഴിവാക്കിയത്.

നാട്ടിലേക്കുള്ള ഓരോ മടക്കവും പൂക്കാട്ടുമല പ്രശാന്തൻ എന്ന ഗൾഫ് മലയാളിക്ക് അമ്മയുടെ ഗർഭപാത്രത്തിലേക്കു മടങ്ങി പോക്കുപോലെയായിരുന്നു. പെരുകുന്ന എല്ലാവിധ ജീവിത ക്ലേശങ്ങിൽ നിന്നുമുള്ള മോചനമായിട്ടാണ് അയാൾ നാട്ടിലേക്കുള്ള യാത്രയെ കണ്ടത്. എല്ലാ തിരക്കുകളിൽനിന്ന് അകന്നുള്ള നാട്ടുവാസം. അവധിക്കാല യാത്ര വർഷത്തിലൊരിക്കലായി പരിമിതപ്പെടുത്തിയിരുന്നു. ചൂട് പെരുകുന്ന ജൂൺ മാസത്തിൽ സ്കൂൾ അടയ്ക്കുന്ന കാലത്താണു രമയും കുട്ടികളുമായി അയാൾ നാട്ടിലെത്തുക. നാട്ടിൽ പെരുകിവരുന്ന ചൂടോ, അനുദിനം കുതിക്കുന്ന സാധനങ്ങളുടെ വിലയോ, സാംക്രമിക രോഗങ്ങളോ ഗ്രാമജീവിത മധുരിമ കുറച്ചില്ല. തണ്ണീർത്തടങ്ങളും ചതുപ്പ് നിലങ്ങളും നികത്തപ്പെടുകയും മലകളെല്ലാം പിഴുതെറിയപ്പെടുകയും ചെയ്ത അയാളുടെ ഗ്രാമത്തിൽ കുടിവെള്ളം കിട്ടാക്കനിയായി മാറിയിരുന്നു. വേനൽ കനക്കുന്ന നാളിൽ കിലോമീറ്റർ നടന്നാണ് ഗ്രാമീണർ വെള്ളം കൊണ്ടുവന്നത്. സ്കൂൾ അടയ്ക്കുന്ന അവധിക്കാലത്ത് നാട്ടിലേക്ക് പോകാനൊരുങ്ങവേ രമ അയാളോട് പറയും: "ബാത്ത് റൂമിൽ ഒഴിക്കാൻപോലുമുള്ള വെള്ളം തലച്ചുമടായി കൊണ്ടുവരേണ്ട ആ വീട്ടിലേക്ക് എന്തിനാ പോകുന്നേ. അതിലും ഭേദം ഇവിടെ കഴിയുന്നതാ..."

രമയെന്ന വീട്ടമ്മയെ സംബന്ധിച്ചു ജലമായിരുന്നു പ്രധാനം. നാടും നാട്ടാരും ബന്ധുജനങ്ങളും എല്ലാം അതിനുശേഷം വരുന്ന കാര്യങ്ങൾ. മരുഭൂമികൾ അതിർത്തി പങ്കു വെക്കുന്ന നഗരമായിരുന്നെങ്കിലും ഏതു നേരവും പൈപ്പിൽ വെള്ളമുണ്ടായിരുന്നു. ഒരു നേരം പോലും മുടങ്ങിയിട്ടില്ല. കുളിക്കാനും നനയ്ക്കാനുമുള്ള വെള്ളം യഥേഷ്ടം ലഭിക്കും. കടൽവെള്ളം ശുദ്ധീകരിച്ചതായിരുന്നുവെന്നതു രമയ്ക്ക് ബുദ്ധിമുട്ടായി തോന്നിയിട്ടില്ല. ആകെയുള്ള ബുദ്ധിമുട്ട് അവളുടെ നാട്ടിലെ പോലെ പുഴക്കടവിൽ കുളിക്കാൻ കഴിയുന്നില്ല എന്നതാണ്. വീട്ടിൽ കുളിമുറിയുണ്ടെങ്കിലും പുഴയിൽ കുളിക്കാനിഷ്ടപ്പെടുന്നവരായിരുന്നു രമയുടെ നാട്ടുകാർ.

ആരോടും തന്റെ യാത്രാരഹസ്യം പറയാതെ പൂക്കാട്ടുമല പ്രശാന്തൻ നാട്ടിലേക്ക് തിരിക്കുകയാണ്. കുടുംബത്തെ കൂട്ടാതെ അയാൾ നാട്ടിലേക്ക് യാത്ര പോകുന്നത് ആദ്യമായിട്ടായിരുന്നു. ചുരുങ്ങിയ ദിവസമെങ്കിലും അവരെ പിരിഞ്ഞിരിക്കുന്നതിന്റെ നൊമ്പരം ചെക്കിങ് കഴിഞ്ഞ നിമിഷം മുതൽ അയാളെ ഗ്രസിച്ചു. താൻ അവരിൽനിന്ന് എന്നേക്കുമായി അകന്നു പോവുകയാണോ എന്ന ഭയം തലയ്ക്കു മീതെ ചിറകടിച്ചു കൊണ്ടേയിരുന്നു.

നാല് മണിക്കൂർ വിമാനയാത്ര കഴിഞ്ഞു വീട്ടിലെത്തുമ്പോൾ സന്ധ്യ മയങ്ങിത്തുടങ്ങിയിരുന്നു. ആരും താമസിക്കാനില്ലാതെ പൊടി പിടിച്ചു കിടക്കുന്ന വീടിന്റെ വാതിൽ തുറന്നപ്പോൾ വായുവിലേക്കു പൊടിപടലങ്ങൾ പാറി. സർവ്വത്ര പൊടിമയം.

“എന്ത് പറയാനാ.....എല്ലായിടത്തും പാറപ്പൊടിയാ..തൊടിയിലും വീട്ടിലുമെല്ലാം, കഴിക്കുന്ന പാത്രത്തിൽ വരെ അത് വീഴുന്നു.”

പ്രശാന്തൻ തിരിഞ്ഞു നോക്കി. തന്റെ രഹസ്യ സന്ദർശനം പോലും മിന്നൽവേഗത്തിൽ കണ്ടെത്തിയ അയൽവാസി ജോണപ്പൻ പിന്നിൽ ചെറു ചിരിയുമായി നില്ക്കുന്നു.

“ആരാ ഈ മൂവന്തിക്ക് കാറിൽ വന്നതെന്ന് അറിയാനായി വന്നതാ......തനിച്ചേ വന്നള്ളോ? രമയും പിള്ളാരുമില്ലിയോ?”

പ്രശാന്തൻ മറുപടി പറഞ്ഞില്ല. അയാൾ പൊടിയുടെ പ്രഭവകേന്ദ്രം തേടുകയായിരുന്നു. കട്ടിളപ്പടിയിലും ചാരുബെഞ്ചിലും പൊടിയുടെ കനത്ത ആവരണം. കനമാർന്ന അന്തരീക്ഷം.

തൊടിയിലെ വൃക്ഷത്തലപ്പുകൾക്കിടയിലൂടെ, വിദൂരതയിൽ, കുറ്റവാളിയെ പോലെ പൂക്കാട്ടുമല. പ്രശാന്തൻ മലയുടെ ഉയരങ്ങളിലെ പാറക്കൂട്ടത്തിലേക്ക് കണ്ണുകളുയർത്തി. അതിനു പഴയ പ്രൗഢിയും തല യെടുപ്പും നഷ്ടപ്പെട്ടതു പോലെ. ഭയം ഒളിപ്പിച്ചുവച്ച് ഒതുങ്ങിയ കൊമ്പൻ. വെട്ടിമുറിക്കപ്പെട്ട മലയുടെ ഒരു ഭാഗം സന്ധ്യാപ്രകാശമേറ്റ് വജ്രം പോലെ ജ്വലിക്കുന്നു. ഭൂമിയുടെ അന്തരാളങ്ങളിലേക്ക് ഇറങ്ങിച്ചെല്ലാൻ കഴിവുള്ള തുരപ്പൻ യന്ത്രങ്ങളുടെ മുരൾച്ച പശ്ചാത്തലസംഗീതം പോലെ ഗ്രാമത്തെ മൂടിയിരിക്കുന്നു. പൊടിയാലും ചൂടാലും ജ്ഞാന സ്നാനം ചെയ്യപ്പെട്ട മനുഷ്യരെ ചെറിയ കൊള്ളിപോലെ മലഞ്ചെരിവിൽ കാണാം.

“പൂക്കാട്ടുമലയിൽനിന്ന് വീശുന്ന പൊടിയാ, മലയിലെ പാറ മുഴുവൻ പൊട്ടിക്കാൻ തീരുമാനമായി. ഇനി അധികനാൾ ആ മലയുണ്ടാവില്ല. പഞ്ചായത്തിലെ മെമ്പർമാരെല്ലാം കാശ് വാങ്ങിയെന്നാ കേൾക്കുന്നേ..”

പ്രശാന്തന് ആരോടൊക്കെയോ പ്രതികാരം ചെയ്യണമെന്നു തോന്നി. തന്റെ സങ്കടം പങ്കു വെക്കാനൊരാളിനെ തേടി അയാൾ ഗ്രാമത്തിലൂടെ നടന്നു. കുന്നുകൾ ഇടിക്കപ്പെടാനുള്ളതാണെന്ന വിശ്വാസമായിരുന്നു പൊതുവിൽ. നാടിന്റെ എത്രയോ പുരാവൃത്തങ്ങൾ ആ മലയുമായി ബന്ധപ്പെട്ടതാണെന്ന് അധികാരികൾ ഓർക്കാഞ്ഞതെന്തേ എന്നയാൾ ആശങ്കപ്പെട്ടു. നിഗൂഢമായ അതിന്റെ ചരിവുകളിൽനിന്ന് മുളപൊട്ടുന്ന ജലധാരകൾ ആരും കാണുന്നില്ല.. അതിന്റെ വശങ്ങളിൽ വളരുന്ന ഔഷധ സസ്യങ്ങൾ എത്രയെന്നു ആരും കണക്കെടുക്കുന്നില്ല..

പക്ഷേ, പൂക്കാട്ടുമല പ്രശാന്തന് ഒന്നും മറക്കാനാവില്ല. മറന്നാൽ അയാളില്ല.

പത്താം ക്ലാസിൽ പഠിക്കുന്ന സമയത്താണ് പേരിനോട് ചേർത്തു സ്ഥലനാമമായ പൂക്കാട്ടുമല എന്നു പരിഷ്കരിച്ചത്. യുവജനോത്സവ ത്തിനു നാടകം സംവിധാനം ചെയതപ്പോൾ, സഹപാഠികളാണ് ഈ പേരി ട്ടത്. അന്നുമുതൽ അയാൾക്ക് ഒരു പ്രത്യേക ഇഷ്ടം തന്റെ ഗ്രാമത്തോടുണ്ടായി. മണൽനഗരത്തിലെ രാഷ്ട്രീയ സംഘടനാ മീറ്റിങ്ങുകളിൽ സുഹൃത്തുക്കൾ ഈ വിഷയത്തെക്കുറിച്ച് പൂക്കാട്ടുമല എന്ത് പറയുന്നു എന്നൊക്കെയാണ് ചോദിക്കുന്നത്. ക്രമേണ, പ്രശാന്തൻ

എന്നതാണ് തന്റെ പേരെന്നു പോലും അയാൾ മറന്നു. ഈ നാടിന്റെ പേരിൽ തന്റെ ആത്മാംശം കൂടിയിരിക്കുന്നു.

ഓഫീസ് ജോലിയുടെ ഇടവേളയിൽ പതിവുപോലെ, പ്രമുഖ പത്രത്തിന്റെ പ്രാദേശിക പേജിലൂടെ കണ്ണോടിക്കുമ്പോഴാണ്, 'പൂക്കാട്ടുമല ഇനി ഓർമ്മയിലേക്ക്', 'പൂക്കാട്ടുമലയ്ക്ക് മരണമണി' എന്നീ വാർത്തകൾ ചങ്കിടിപ്പോടെ പ്രശാന്തൻ വായിച്ചത്. ജില്ലാ തല പരിസ്ഥിതി അനുമതി ലഭിച്ചതിനെത്തുടർന്നു മലയിലെ പാറഖനനം തുടങ്ങി എന്നായിരുന്നു ആ വാർത്തയിൽ. ആ വാർത്തയുണ്ടാക്കിയ പ്രകമ്പനത്തിൽ അയാൾ തളർന്നു പോയി. കാവൽഭടനെ പോലെ നില്ക്കുന്ന ആ മലയില്ലാതെ തന്റെ നാടിനെ സങ്കല്പിക്കാൻ അയാൾക്ക് കഴിയുന്നില്ല.

പ്രാദേശിക പേജിൽ വീണ്ടും പൂക്കാട്ടുമല നിറഞ്ഞു. മലയിലെ അപൂർവ്വ ഇനം സസ്യ സമ്പത്തിനെക്കുറിച്ച്, ഐതിഹ്യപ്പെരുമയെക്കുറിച്ചൊക്കെ പ്രാദേശിക ലേഖകൻ എഴുതി. അമ്പതു ലോഡ് പാറ കൊണ്ടുപോകാൻ അനുമതിയുള്ളപ്പോൾ കടത്തുന്നത് അഞ്ഞൂറു ലോഡെന്ന വാർത്ത വന്നപ്പോൾ, തന്റെ അടുത്ത അവധിക്കാല യാത്രയ്ക്കു മുമ്പ് മല ഇല്ലാതാകുമെന്ന് അയാൾ ഭയന്നു. ഇനിയും കാത്തിരുന്നാൽ മലയെ ജീവനോടെ വീണ്ടും കാണാൻ കഴിയില്ലെന്നോർത്തപ്പോൾ അയാൾ മറ്റൊന്നും ആലോചിക്കാതെ അവധിക്കായുള്ള അപേക്ഷ പൂരിപ്പിച്ചു.

അവസാന ശ്വാസം വലിക്കുന്ന നാട്ടുമലയെ ഒരു നോക്കു കാണാനാണ് താൻ പോകുന്നതെന്ന സത്യം രമ ഏതുവിധം ഉൾക്കൊള്ളുമെന്ന ഭയം പ്രശാന്തനെ അലട്ടി. ഉയർന്ന ഡിഗ്രിയും ശമ്പളവുമുള്ള മാത്യൂസ് സാറിനു പോലും തന്റെ നീറുന്ന മനസ്സ് കാണാനാവുന്നില്ല. "പാറ പൊട്ടിക്കുന്നത് ആദ്യത്തെ സംഭവമൊന്നുമല്ല പ്രശാന്താ" എന്നാണു തന്റെ ആകുലത പങ്കുവെക്കാൻ ചെന്നപ്പോൾ മാത്യൂസ് സാർ പറഞ്ഞത്. പാറയില്ലാതെ വീടും റോഡും ഉണ്ടാവില്ല. വികസനമുണ്ടാവില്ല എന്നും മറ്റുമുള്ള വിശദീകരണങ്ങൾ മടുപ്പുളവാക്കി. ജീവിതയാത്രയിൽ എത്രയോ മലകൾ എന്നൊക്കെ ദാർശനികമായി വിശദീകരിച്ചപ്പോൾ കൂടുതലൊന്നും ഉരിയാടാതെ പിൻവാങ്ങി. തന്റെ മനസ്സിന്റെ വിങ്ങൽ ആർക്കും മനസ്സിലാകണമെന്നില്ല. യാത്രോദ്ദേശ്യം മറച്ചുവച്ചത് എങ്ങനെ സ്വീകരിക്കപ്പെടും എന്ന ആശങ്ക കൊണ്ട് മാത്രമായിരുന്നു.

ഏതോ ഒരു അബോധപ്രേരണയിൽ, പ്രശാന്തൻ ഇപ്പോൾ പൂക്കാട്ടുമല കയറുകയാണ്. മലയുടെ നെറുകയിലെ സ്വർണ്ണ നിറമാർന്ന സന്ധ്യാപ്രകാശം അയാളെ മോഹിപ്പിക്കുന്നുണ്ട്. മലയിലേക്കുള്ള വഴിത്താരകളിൽ ഇരുട്ട് പതിയിരിക്കാൻ തുടങ്ങിയിരുന്നു. നാനാതരം സസ്യങ്ങളുടെയും പൂക്കളുടെയും ഗന്ധം. കുത്തനെയുള്ള കയറ്റത്ത് പാറയിൽവെട്ടിയ പടികൾ അടുത്ത കാലത്തായി വീതി കൂട്ടി മിനുസപ്പെടുത്തിയിരിക്കുന്നു. ചിലയിടങ്ങളിൽ അപ്രതീക്ഷിതമായി ചിന്തുന്ന ജലത്തിൽ കാൽനനച്ച് അയാൾ കുറെ നേരം നിന്നു. താഴോട്ടു

നോക്കിയാൽ ഭയം തോന്നുമെന്നതിനാൽ മുകളിലേക്ക് മാത്രം നോക്കിയാണു മലകയറ്റം. ഇടയ്ക്ക് താഴേക്ക് പാളി നോക്കിയപ്പോൾ പിന്നിട്ട വഴിയിലെ പ്രകാശമൊക്കെയും ആരോ കുടിച്ച് വറ്റിച്ച പോലെ....

"ടാ....പശേ.....ഒന്ന് നില്ക്കടാ..."

മലയുടെ അടിവാരത്ത് നിന്നാരോ തന്റെ യു പി സ്കൂളിലെ ഇരട്ടപ്പേര് വിളിക്കുന്നു. തിരിഞ്ഞു നോക്കാതെ തന്നെ, പെട്ടെന്ന് പ്രശാന്തന് ആളെ ഊഹിക്കാനായി. നാലാം ക്ലാസിലെ പിൻബെഞ്ചിലിരുന്ന എ മത്തായി. അവനു മാത്രമേ തന്നെ ആ പേരിൽ വിളിക്കാനുള്ള സ്വാതന്ത്ര്യം നല്കിയിട്ടുള്ളൂ. അവന്റെ പിന്നിൽ, ആമിന മുസ്തഫ, സാറ ജേക്കബ്, വിജയകുമാർ തുടങ്ങിയവരെല്ലാം ആർത്തുല്ലസിച്ച് കൂടെയുണ്ട്. സ്വാതന്ത്ര്യ ദിനമായതിനാൽ രാവിലെ അസംബ്ലി മാത്രമേ ഉണ്ടായിരുന്നുള്ളൂ. താമസിച്ചു വീട്ടിലെത്തിയാലും കുഴപ്പമില്ല. അങ്ങനെയാണ് മലയുടെ മുകളിൽക്കയറി മറുപുറം എന്താണെന്നു കാണാൻ കൂട്ടായി തീരുമാനിച്ചത്. തീരെ കുട്ടികളായിരിക്കുമ്പോൾ എന്തിനെങ്കിലും വാശിപിടിച്ച് കരയുമ്പോൾ, മുതിർന്നവർ പേടിപ്പെടുത്തിയത് 'പൂക്കാട്ടുമല വാഴും രാക്ഷസനെ ഇപ്പൊ വിളിക്കും' എന്നു പറഞ്ഞായിരുന്നു. ആ രാക്ഷസനെ നേരിൽ കാണാനുള്ള വീറുണ്ട്. നാട്ടുകാരനായ ഹെഡ്മാസ്റ്റർ ഇടയ്ക്കിടെ ഓർമ്മപ്പെടുത്തിയത്, നാലക്ഷരം പഠിച്ച് പൂക്കാട്ടുമല കടന്നു പുറംലോകത്തേക്ക് പോകാനായിരുന്നു. ആ ലോകമൊന്നു കാണാനുള്ള പൂതിയുണ്ട്.

ആ നാല്വർ സംഘം പൂക്കാട്ടുമലയുടെ മുകളിൽ എത്തുമ്പോൾ സൂര്യൻ നേർമുകളിൽ തീക്ഷ്ണ രശ്മികൾ പരത്തി നില്ക്കുന്നുണ്ടായിരുന്നു. എന്നാൽ ചൂട് ഒട്ടുമേയുണ്ടായിരുന്നില്ല. മല ചവിട്ടി ക്ഷീണിതരായവർക്ക് ആശ്വാസമെന്ന മട്ടിൽ തണുത്ത കാറ്റ് യഥേഷ്ടം വീശിക്കൊണ്ടിരുന്നു. നീണ്ടുനിവർന്നു കിടക്കുന്ന മലമുകളിൽ നിന്നുള്ള ഓരോ കാഴ്ചയും അത്യന്തം അവിശ്വസനീയതയോടെ എല്ലാവരും നോക്കിക്കണ്ടു. അടുത്തുള്ള പട്ടണത്തിൽ ഒന്നോ രണ്ടോ തവണ മാത്രം പോയവരായിരുന്നു അവർ. പട്ടണത്തിന്റെ ഒരു കോണിലൂടെ മാത്രം നടക്കാൻ കഴിഞ്ഞവർ. ഇപ്പോൾ പുറം ലോകത്തെ മൊത്തത്തിൽ കണ്ട് അമ്പരക്കുകയാണ്. മലയുടെ പേരിൽ അറിയപ്പെടുന്ന തങ്ങളുടെ ലോകം ഭൂമിയുടെ ഒരു പൊട്ടു പോലുമാവില്ല എന്ന സത്യം ആദ്യമായി അറിയുകയാണ്. പൂക്കാട്ടുമലയുടെ നെറുകയിൽ ചവിട്ടി നിന്നവർ രണ്ടാംലോകം ആർത്തിയോടെ കാണുകയാണ്.

മലകളും താഴ്വാരങ്ങളും പട്ടണവുമെല്ലാമായി നീണ്ടു നിവർന്നു കിടക്കുന്ന ഭൂമി. വിദൂര പാതയിലൂടെ നാനാതരം വാഹനങ്ങൾ പായുന്നു. ചെറുതും വലുതുമായ കെട്ടിടങ്ങളുടെ നീണ്ട നിര. ഏതോ അജ്ഞാത ലോകത്തിലേക്ക് നീണ്ടു പോകുന്ന റെയിൽപ്പാളങ്ങൾ. വിസ്തൃതമായ തോട്ടങ്ങൾ അതിരിടുന്ന തീരത്തിനപ്പുറം ഇരുണ്ട് നീലിച്ച ജല പ്രവാഹം.

"ഞങ്ങൾ ലോകം കണ്ടേ.....ഞങ്ങൾ ഭൂലോകം കണ്ടേ...ഹൂയ്"

ആമിനയാണ് ആദ്യം വിളിച്ച് കൂവിയത്.. അവൾ മലയുടെ അടിവാരം കടന്നു പുറത്തേക്ക് പോയിട്ടില്ലായിരുന്നതിനാൽ ഏറ്റവും സന്തോഷം അവൾക്കായിരുന്നു. സ്വാതന്ത്ര്യത്തിന്റെ നീലാകാശ മേഘങ്ങളെ തൊടാൻവേണ്ടി അവൾ എത്തിച്ചാടി. പരുത്ത പാറയിൽ ഊക്കിൽ നഗ്ന പാദം അമരുമ്പോഴും അവൾ നൊമ്പരപ്പെട്ടില്ല. ആമിനയുടെ ആനന്ദം കണ്ട മറ്റുള്ളവരും ആ വാക്കുകൾ ഏറ്റുവിളിച്ചു. അവർ പാടിയപ്പോൾ കാറ്റും മലയും അതേറ്റു പാടി. മലമുകളിലെ ഹരിതത്തുരുത്തിൽ ഏതു കൊടും വേനലിലും വറ്റാത്ത ചൂടുറവയിൽ സംഘം പുണ്യസ്നാനം ചെയ്തു. എല്ലാ ഭയങ്ങളിൽനിന്നും സ്വതന്ത്രരായി അവർ പുതിയ ജന്മത്തിലേക്ക് പ്രവേശിച്ചു.

ഓർമ്മകളിൽ നനഞ്ഞുലഞ്ഞു പൂക്കാട്ടുമല പ്രശാന്തൻ നിന്നു. “മലയേ... എന്റെ പൊന്നുമലയേ....... എന്റെ മുത്തുമലയേ...”

വാക്കബദ്ധം

വാക്കിനും ഒരു ജീവിതമുണ്ടായിരുന്നു. സ്വപ്നങ്ങൾ ഉണ്ടായിരുന്നു. ഓരോ മനുഷ്യനും വ്യത്യസ്തമായിരിക്കുന്നത് പോലെ, ഓരോരുത്തരുടെ യുള്ളിലെ വാക്കു ജീവിതവും വ്യത്യസ്തമായിരുന്നു. ഉടയോന്റെ ഹിത മില്ലാതെ ഒരിക്കലും പുറം ലോകം കാണാൻ കഴിയാത്ത നിസ്സഹായാവ സ്ഥയിൽ നീറിപ്പുകയാൻ മാത്രമേ വാക്കിനു എന്നും കഴിഞ്ഞുള്ളു. സ്വന്തമായി നിലകൊള്ളാൻ കഴിയാത്ത തന്റെ ദുരിത ജീവിതത്തെ ക്കുറിച്ച് ഓർത്ത് വാക്കിന്റെയുള്ളിൽ എപ്പോഴും ഒരു സങ്കടപ്പുഴ ഒഴുകി. ലോകത്തിലെ ഏറ്റവും വലിയ ദുഃഖം പാരതന്ത്ര്യം ആണെന്നാണ് വാക്കിന്റെ മതം. മറ്റ് ദുഃഖങ്ങൾ അനുഭവിക്കാൻ മാത്രം വിസ്തൃതമായി രുന്നില്ലല്ലോ വാക്കിന്റെ ജീവിതം.

നേതാവിന്റെ തൊണ്ടക്കുഴിയിൽ കുടുങ്ങിക്കിടന്ന വാക്കിന്റെ ജീവിതം സമാനതകൾ ഇല്ലാത്തതായിരുന്നു. നേതാവിന്റെ പൊതുജന സ്നേഹം തികച്ചും നാട്യമാണെന്നും, ആത്മാർത്ഥതയുടെ കണിക പോലും ഉള്ളിൽ ഇല്ലെന്നറിഞ്ഞിട്ടും വാക്കിന് കൂടെ നില്ക്കേണ്ടി വന്നു. എല്ലാ നെറികേടുകളും അയാൾ സുന്ദര വാക്കുകൾ കൊണ്ട് പൊതിയുന്നത് സഹിക്കേണ്ടി വന്നു. യഥാസമയം, വാക്കുകൾ കൊണ്ട് പ്രതിരോധിക്കാൻ സമർത്ഥനായതിനാൽ എന്നും വിജയം അയാൾക്കാ യിരുന്നു. പ്രതിയോഗികൾ അയാളുടെ വാക്ശരങ്ങൾക്ക് മുമ്പിൽ ആവിയായി. 'ആ സ്വാർത്ഥ ജീവിതത്തിന്റെ എല്ലാ പൊരുത്തക്കേടുക ളെയും മറയ്ക്കാനുള്ള ഉപാധി മാത്രമാണ് തന്റെ ജീവിതം...ഹോ! എന്തൊരു നരക ജീവിതം.' ആത്മനിന്ദയുടെ പരകോടിയിൽ വാക്ക് പുളഞ്ഞു.

അധികാരത്തിന്റെ ഹുങ്കിൽ നേതാവ് നടത്തിയ എത്രയോ സ്ത്രീ

പീഡനങ്ങൾക്ക് വാക്ക് സാക്ഷിയാണ്. അപമാനം കൊണ്ട് ആത്മഹത്യ ചെയ്ത പ്രായപൂർത്തിയാകാത്ത ഇരകൾ. പക്ഷേ, ഇരകളുടെ ബന്ധുക്കളുടെ മുന്നിൽ അയാൾ കടുത്ത ദുഃഖം അഭിനയിച്ചു. കണ്ണീർ വാർത്തു. പൊതു സമക്ഷം അയാൾ മാന്യൻ. അപൂർവ്വമായി ഉയർന്ന ആക്ഷേപങ്ങളെ കുറിക്ക് കൊള്ളുന്ന വാക്കുകൾ ഉപയോഗിച്ച് തന്നെയാണ് അയാൾ നേരിട്ടത്. വാക്കായിരുന്നു എല്ലായ്പ്പോഴും അയാളുടെ ബലം.

അഴിമതിയിലൂടെയും അവിഹിത മാർഗ്ഗങ്ങളിലൂടെയും നേടിയ സമ്പാദ്യം മുഴുവൻ സുരക്ഷിതമായി ഒളിപ്പിച്ചിട്ട് ദരിദ്ര നാരായണന്മാർക്കായി അയാൾ കണ്ണീരൊഴുക്കി. കാർക്കിച്ച് സ്വന്തം മുഖത്ത് വികൃതമായി തുപ്പാൻ കഴിയാത്തതിൽ വാക്കിനു സങ്കടം പെരുത്തു. എത്ര പ്രാവശ്യം ക്ഷമിക്കണം? ഇനി വയ്യ.... ഒരു ഉളുപ്പുമില്ലാതെ അയാൾ വേഷം കെട്ടുന്നത് കണ്ടു മടുത്തു. എന്നെങ്കിലും സത്യം പുറത്തുവരുമെന്നു കരുതിയത് വെറുതെ. പൊതുജനം കഴുതയാണെന്നു പറഞ്ഞ മഹാന്റെ കാൽക്കൽ മനസ്സുകൊണ്ട് വാക്ക് നമസ്കരിച്ചു.

അധികം വൈകാതെ നേതാവ് നിയമത്തിനുമുന്നിൽ കുടുങ്ങുമെന്നും പൊതുസമൂഹത്തിനു വെളിവ് വീഴുമെന്നും നിയമം സത്യം തിരിച്ചറിയുമെന്നും കരുതിയത് മടയത്തരം. നുണ പലവുരു ലോകം ചുറ്റി വന്നിട്ടും യാത്രയ്ക്കൊരുങ്ങാത്ത സത്യത്തെ ഓർത്ത് വാക്കിൽ കോപം കത്തുകയായിരുന്നു.

സ്വതന്ത്രമായി ചലിക്കാൻ കഴിയാതെ, ബന്ധനത്തിന്റെ കാണാക്കയങ്ങളിൽ ജീവിതം മുന്നോട്ട് പോകുമ്പോഴും വാക്കിന്റെ മനസ്സിലിരുന്ന് ആരോ മന്ത്രിച്ചു. 'നിനക്കും ഒരു ദിവസം വരും. അതുവരെ നീ കാക്ക്, കാട്ടുതീയായി പടരാൻ, കണക്കുതീർക്കാൻ.' അയാളുടെ ജീർണ്ണിച്ച മനസ്സ് ഒരിക്കലെങ്കിലും മാലോകരെ തുറന്നു കാട്ടി സംതൃപ്തി അടയാൻ പറ്റിയ ഒരവസരത്തിനായി വാക്ക് ഓരോ നിമിഷവും കരുതിയിരുന്നു.

വിസർജ്ജ്യഗന്ധം പരക്കുന്ന അയാളുടെ തൊണ്ടക്കുഴിയിൽനിന്ന് ഒരിക്കലെങ്കിലും സ്വതന്ത്രമായി പുറത്തിറങ്ങണമെന്ന് ആഗ്രഹിച്ച വാക്കിനോട് ഒടുവിൽ കാലം കനിഞ്ഞു. അങ്ങനെയാണ് പതിവുപോലെ ഒരു മഹായോഗത്തെ അഭിസംബോധന ചെയ്യുമ്പോൾ അയാളുടെ ചുണ്ടിൽനിന്ന് വിദഗ്ദ്ധമായി വാക്ക് വഴുതിയത്. അയാളുടെ ശ്രദ്ധ എന്തിലേക്കോ തെന്നിയ ഒരു നിമിഷം അയാളുടെ ജീർണ്ണിച്ച ഉള്ളം വെളിവാക്കി അവൻ പുറത്തേക്ക് തെറിച്ചത്. ചെറുതെങ്കിലും ആ നിമിഷത്തുള്ളിയിൽ അയാളുടെ ജീർണ്ണിച്ച മനസ്സിന്റെ ആഴമാർന്ന ക്രൂരത പ്രതിഫലിപ്പിക്കാൻ വാക്കിനു കഴിഞ്ഞു. ചരിത്രത്തിലെ ചില അപൂർവ്വ നിമിഷങ്ങളിൽ വാക്കിനു ഇങ്ങനെ ജീവൻ വച്ചിട്ടുണ്ട്. സ്വതന്ത്രമായി നിലകൊള്ളാൻ സാധിച്ചിട്ടുണ്ട്. നാവു പിഴയായി ഉടയോർ അതൊക്കെ പിന്നീട് വളച്ചൊടിച്ചെങ്കിലും.

കാലങ്ങളായി ഒളിപ്പിച്ചുവച്ച പരമമായ ഒരു സത്യത്തെയാണ് നേതാവ് അന്ന് വെളിപ്പെടുത്തിയത്. വർഷങ്ങൾക്കുമുമ്പ് ജില്ലയിലെ

പ്രമുഖ രാഷ്ട്രീയ എതിരാളിയെ ഇരുട്ടിന്റെ മറവിൽ വെട്ടിക്കൊലപ്പെടുത്തിയത് താനായിരുന്നു!. എതിരാളി അന്നത്തെ ജോലി കഴിഞ്ഞു വീട്ടിലേക്ക് ഉള്ള അരി സാധനങ്ങൾ അടങ്ങിയ സഞ്ചിയുമായി പുഴയോരത്തുള്ള വീട്ടിലേക്ക് പോകുമ്പോൾ താൻ ഏറെ നാളായി കൊണ്ടു നടന്ന ആ ആഗ്രഹം നിറവേറ്റി. പിന്നെ ഒരു രസത്തിന് മതി വരുവോളം മേമ്പൊടിയെന്നൊക്കെ പറയുംപോലെ എതിരാളിയുടെ വിധവയെ അമ്മാനമാടി. താൻ കൊടുത്ത പ്രതിയെയാണ് കോടതി ശിക്ഷിച്ചത്. വ്യാജ പ്രതിയുടെ കുടുംബത്തിനു വേണ്ടതൊക്കെ കൊടുത്തു. എന്നാൽ ഇങ്ങനെയൊന്നും വെളിപ്പെടുത്താൻ അയാൾക്ക് തീർത്തും ഉദ്ദേശ്യമില്ലായിരുന്നു. ഇരയുടെ നാട്ടിലെ പ്രാഥമിക ആരോഗ്യ കേന്ദ്രത്തിന്റെ തറക്കല്ലിടൽ ചടങ്ങിൽ പങ്കെടുക്കുകയായിരുന്ന അയാൾക്ക് അങ്ങനെയൊക്കെ പറയേണ്ട യാതൊരു സാഹചര്യവുമില്ലായിരുന്നു. എന്നിട്ടും ഒരു നിമിഷത്തെ കരുതലില്ലായ്മയിൽ, ഏതോ അറിയാത്ത വികാരത്തിന്നു അടിമപ്പെട്ട് അത് സംഭവിച്ചു. വർഷങ്ങൾക്ക് ശേഷമാണ് ഇരയുടെ നാട്ടിലേക്ക് അയാൾ വരുന്നത്. ഓർമ്മകൾ തിരികെ വരാൻ അത് ഇടയാക്കിയിരിക്കാം. വാക്കുകൾ തന്റെ പിടിയിൽനിന്ന് എങ്ങനെയോ കുതറിപ്പോയത് മാത്രമേ നേതാവിന് ഓർമ്മയുള്ളൂ. നീണ്ട വർഷങ്ങൾ ബോധപൂർവ്വം ഒളിപ്പിച്ചു വെച്ചത് മറ നീക്കി പുറത്തു വന്നു. വാക്കുകൾ നാവിലൂടെ വഴുതി പോകുന്ന അനുഭവം. തന്റെ പൂർണ്ണമായ അറിവ് കൂടാതെ നാവു ചലിക്കുന്നു. പക്ഷേ, എന്താണ് ആ നിമിഷം നടന്നതെന്ന് വിശദീകരിക്കാൻ അയാൾക്ക് കഴിയുന്നില്ല. എന്താണ് സംഭവിച്ചതെന്നു കണ്ടെത്താൻ അശക്തൻ. നാവു സ്വതന്ത്രമായി ചലിച്ചുവെന്നു പറഞ്ഞാൽ ഭ്രാന്തനെന്നു വിളിക്കില്ലേ?

സംഘാടകർ ഞെട്ടി. അനുയായികളും. നേതാവിനു സ്ഥിര ബുദ്ധി നഷ്ടപ്പെട്ടുവെന്ന് അവർ ഭയന്നു. നേതാവിന്റെ ഇനിയുള്ള ജീവിതം കാരാഗൃഹത്തിലായാൽ തങ്ങളെ ആരു നയിക്കുമെന്നോർത്ത് അവർ ആശങ്കാകുലരായി. സോഷ്യലിസത്തിന്റെ പാതയിലേക്ക് ഇനി ആര് തങ്ങളെ നയിക്കും. രാജ്യത്ത് വർദ്ധിച്ചുവരുന്ന തൊഴിലില്ലായ്മയും പട്ടിണിയും ആരു നീക്കം ചെയ്യും?.

പാർട്ടിയെ അടിക്കാനുള്ള വടി ഉജ്ജ്വല വാഗ്മിയായ നേതാവ് ശത്രു പക്ഷത്തിനു നല്കുന്നത് കണ്ട് സഹിക്കാനാവാതെ സഹപ്രവർത്തകർ ഇമകൾ പൂട്ടി. ഹൃദയഭേദകമായത് കാണാൻ ചങ്കുറപ്പ് ഇല്ലാത്ത പാർട്ടി പ്രവർത്തകർ പൊടുന്നനെ ചാനൽ അക്കം മാറ്റി. നേരത്തെ പല കോണിൽനിന്നും കേട്ടതൊക്കെയും സത്യമായിരുന്നുവെന്നു ചിലർക്കെങ്കിലും തോന്നി. ചാനലുകളിൽ ബ്രേക്കിങ് ന്യൂസായി നേതാവിന്റെ വാക്കുകൾ മിന്നി മറയുകയാണ്. സംസ്ഥാനത്തുടനീളം പ്രതിഷേധ ജാഥകൾ. എല്ലാം പതിവ് പോലെ....

എന്താണ് തനിക്ക് സംഭവിച്ചതെന്നു ഏകനായി എത്ര ആലോചിച്ചിട്ടും നേതാവിന് ഓർത്തെടുക്കാനായില്ല. ഒടുവിൽ, തലച്ചോറിന്റെ

അനുമതിയില്ലാതെ നാവ് സ്വതന്ത്രമായി ചലിച്ചുവെന്ന നിഗമനത്തിൽ അയാൾ എത്തി. പക്ഷേ, വിശദീകരണം ചോദിച്ച പാർട്ടിക്കമ്മിറ്റിയിൽ അയാൾ ബോധപൂർവ്വം നിശ്ശബ്ദനായി എല്ലാ വിമർശനങ്ങളെയും സഹിച്ചു. തന്റെ ന്യായീകരണം കൂടുതൽ അബദ്ധങ്ങൾക്ക് കാരണമായേക്കാം. അജ്ഞാതനായ ഒരു ശത്രു തനിക്കുണ്ട്. നിർഭാഗ്യവശാൽ അത് പുറത്ത് നിന്നല്ല, തന്റെയുള്ളിൽനിന്ന് തന്നെയാണ്.

അയാളുടെ ശ്രദ്ധ പതറിയ നിമിഷം, തൊണ്ടക്കുഴിയിൽനിന്നു സ്വതന്ത്രമായി പുറത്തേക്ക് തെറിക്കാൻ കഴിഞ്ഞ ആ സുവർണ്ണ നിമിഷം മാത്രമായിരുന്നു താൻ ജീവിച്ചത് എന്നാണു വാക്ക് പിന്നീട് സ്വയം വിലയിരുത്തിയത്. തന്റെ ജീവിതത്തിലെ ഒരു സുന്ദര മുഹൂർത്തം. എപ്പോഴെങ്കിലും അങ്ങനെ ഉടയോനറിയാതെ, ഉടയോന്റെ ഉള്ളു വെളിവാക്കാൻ കഴിയുന്ന ഒരവസരം ഉണ്ടാവുമോ? ഒന്നുമറിയില്ല. ചിലപ്പോൾ പതിറ്റാണ്ടുകൾ കാത്തിരിക്കേണ്ടി വന്നേക്കാം. ശുഭ പ്രതീക്ഷയോടെ കാലത്തിന്റെ കാവ്യനീതി ഒരിക്കൽക്കൂടെ ഉണ്ടാകുമെന്ന വിശ്വാസത്തിൽ ദുർഗ്ഗന്ധപൂരിതമായ ആ തൊണ്ടക്കുഴിയിൽ വാക്കിന്റെ ആത്മാവ് പതുങ്ങിക്കിടക്കുകയാണ്.

ആകാശചുംബനം

അതിരാവിലെയുള്ള ഉറക്കത്തിനിടയിൽ ടെലിഫോൺ ചെയ്തു ശല്യപ്പെടുത്തുന്നത് ആരായാലും ഔചിത്യ ബോധമില്ലാത്തവൻ എന്ന വിശ്വാസക്കാരനാണ് മൈത്രേയൻ. അതുകൊണ്ടു തന്നെയാണ് വീണ്ടും ഓർത്തെടുക്കാൻ കഴിയാത്ത വിധമുള്ള ചില അവ്യക്ത സ്വപ്നങ്ങളിൽ നഷ്ടപ്പെട്ട മനസ്സുമായി കിടന്ന അന്നു രാവിലെ ശബ്ദിച്ച മൊബൈൽ ഫോൺ എടുക്കാതിരുന്നത്. എവിടെയൊക്കെയോ ചിതറിയ മനസ്സിനെ സ്വരുക്കൂട്ടി സംസാരിക്കാൻ മിനക്കെടാതെ അലസമായി കിടപ്പ് തുടർന്നു. ആദ്യത്തെ വിളി അവസാനിച്ച് ഒരിടവേളയ്ക്കു ശേഷം വീണ്ടും തുടർന്നപ്പോൾ മാത്രമാണ് അയാൾ കിടക്കയ്ക്കരുകിലെ ടീപ്പോയിൽ വച്ചിരുന്ന മൊബൈൽ അനിഷ്ടത്തോടെ എടുത്തത്. മറുതലയ്ക്കൽ ആത്മസുഹൃത്ത് കൃഷ്ണദാസായിരുന്നു.

"നീ എഴുന്നേറ്റോ?"

"ഇല്ല ... ഇന്ന് ഞായറാഴ്ചയല്ലേ. ഓഫീസ് ഇല്ലാത്തതിനാൽ വൈകിയാണ് എഴുന്നേല്ക്കുന്നത്."

"എന്തായാലും പെട്ടെന്ന് എഴുന്നേറ്റ് പുറത്തേക്ക് നോക്ക്.. എല്ലാം അവസാനിക്കുകയാണെന്നാ തോന്നുന്നേ... അവിടത്തെ അവസ്ഥ ഒന്നു നോക്കിപ്പറ. ഇവിടെ ആകാശം..." ഭയപ്പാടിന്റെ ജ്വരം ബാധിച്ച വാക്കുകൾ.

ആരുടെയോ തേങ്ങൽ അകമ്പടിയായി ഫോണിലൂടെ കേട്ടിരുന്നു. ഉറക്കം തീർത്തും വിട്ടുമാറിയിട്ടില്ലാത്തതിനാൽ ശ്രീജയുടെയോ കുട്ടികളുടേയോ എന്നു വേർതിരിക്കാനാവുന്നില്ല. അതിരാവിലെ കരയാൻ മാത്രം എന്തുണ്ടായിയെന്നു ചോദിക്കുന്നതിനു മുമ്പായി ഫോൺ നിലച്ചു.

നഗരത്തെ ചുറ്റിവളഞ്ഞു പോകുന്ന റിങ് റോഡിന്റെ മറ്റൊരു ദിശ

യിലാണ് കൃഷ്ണദാസും കുടുംബവും താമസിക്കുന്നത്. മൈത്രേയനെ പോലെ തന്നെ സാഹിത്യത്തിലും സിനിമയിലും തല്പരൻ. കഴിഞ്ഞ സന്ധ്യയിലും അയാൾ കൃഷ്ണദാസിന്റെ ഫ്ളാറ്റിൽ പോയിരുന്നു. ആദ്യമായി എഴുതിയ *ഭൂമിയുടെ അന്ത്യത്തോളം* എന്ന നോവലിന്റെ മാനുസ്ക്രിപ്റ്റ് നല്കാൻ പോയതായിരുന്നു. കൊള്ളാം എന്നൊരഭിപ്രായം കൃഷ്ണദാസ് പറയുകയാണെങ്കിൽ മാത്രം പ്രസിദ്ധീകരണശാലയ്ക്ക് നല്കാനായിരുന്നു മൈത്രേയന്റെ തീരുമാനം. അപ്പോഴൊന്നും വെളിപ്പെടുത്താത്ത മഹാരഹസ്യം അതിരാവിലെ വിളിച്ചു പറയുന്നതിൽ അസ്വാഭാവികതയുണ്ട്.

തക്കതായ കാരണമൊന്നുമില്ലാതെ അതിരാവിലെ വിളിച്ച്, ശീതക്കാറ്റും മഴയും ഇണചേരാൻ ഇടയുള്ള പ്രഭാതത്തിലേക്ക് ജനാലകൾ തുറക്കാൻ കൃഷ്ണദാസ് പറയുകയില്ല. എല്ലാം അവസാനിക്കുകയാണെന്ന് കൃഷ്ണദാസ് പറയണമെങ്കിൽ ലോകാവസാനം തന്നെ സംഭവിക്കണം. വാക്കുകളും വിശേഷണങ്ങളും ഉപയോഗിക്കുന്ന കാര്യത്തിൽ അത്രമേൽ കണിശക്കാരനാണ്. അതൊക്കെയും സത്യമാണെന്ന് മനസ്സ് സമ്മതിക്കുമ്പോഴും കഴിഞ്ഞ ദിവസത്തേക്കാൾ കൂടുതലായി അനുഭവപ്പെട്ട പുലർകാല തണുപ്പ് കിടക്കവിട്ട് ജനാല തുറന്നു പുറത്തേക്കു നോക്കുന്നതിൽ നിന്ന് അയാളെ പിന്തിരിപ്പിച്ചു. അതിലുപരി ഇന്നലെ സന്ധ്യക്ക് നേരിൽ കണ്ടപ്പോൾ ഈ കാര്യം പറയാതിരുന്നതിലുള്ള നിശ്ശബ്ദ പ്രതികാരം.

മല്ലിക ഉണ്ടായിരുന്നെങ്കിൽ തന്റെ മടിയെ കളിയാക്കി ബെഡ്ഡിൽനിന്നു തന്നെ തള്ളിപുറത്താക്കിയേനെ. എന്തെങ്കിലും കാര്യമില്ലാതെ കൃഷ്ണദാസ് രാവിലെ വിളിച്ചു പുറത്തേക്കു നോക്കാൻ പറയുമോ എന്ന് അവൾ ചോദിക്കുന്നതായി അയാൾക്ക് തോന്നി. തന്റെ ജീവിതത്തിന്റെ ഒഴുക്കിനെ അപരിചിതവും ദുർഘടവുമായ മറ്റൊരു വഴി തിരിച്ചുവിട്ടുകൊണ്ട് അവൾ പോയിട്ട് ഇന്നേക്ക് ഒരു മാസം തികയുന്നുവെന്ന് അയാൾ ഓർത്തു. ജീവിതത്തെ ഇത്ര നിസ്സാരമായി കാണുന്ന ഒരാളിനൊപ്പം കഴിയാനുള്ള ബുദ്ധിമുട്ട് അവൾ കൃഷ്ണദാസിന്റെ ഭാര്യ ശ്രീജയോട് പലവുരു പ്രകടിപ്പിച്ചിരുന്നു. ഒരിക്കൽ തന്നോട് അവരതു പറയുകയും ചെയ്തു. പക്ഷേ, താൻ ഗൗനിച്ചില്ല. ചാനലിലെ ഉദ്യോഗം നഷ്ടപ്പെട്ടതിനു ശേഷം ഒരു ജോലി കണ്ടെത്താൻ ശ്രമിക്കാതിരുന്നതും കലാമൂല്യമുണ്ടായിരുന്നെങ്കിലും തിയേറ്ററിൽ ഓടാത്ത സിനിമയ്ക്കു വേണ്ടി എല്ലായിടത്തുനിന്നും കടംകൊണ്ടതും അവൾക്ക് സഹിക്കാനാവുമായിരുന്നില്ല.

ഔപചാരിക ചടങ്ങുകൾ ഒന്നുമില്ലാതെ ഒരുമിച്ച് താമസിക്കാൻ തുടങ്ങിയിട്ട് രണ്ടു കൊല്ലം പിന്നിടുമ്പോഴാണ് ഞാൻ കുറേനാൾ വിമൻസ് ഹോസ്റ്റലിൽ നിന്നാലോ എന്ന വളരെ മയപ്പെടുത്തിയ നിർദ്ദേശം മല്ലിക മുന്നോട്ടുവെച്ചത് ഒരു തമാശയായേ മൈത്രേയൻ കരുതിയുള്ളൂ. പല

പ്പോഴും എഴുതാൻ പോവുന്ന പുതിയ നോവലിനെക്കുറിച്ചുള്ള ആലോചനയിലായിരുന്ന അയാൾ മല്ലിക പറയുന്നതൊന്നും കാര്യമായി ശ്രദ്ധിച്ചിരുന്നില്ല എന്നതാണ് സത്യം. എഴുത്തിന്റെ വേളകളിൽ അവളുടെ വാക്കുകളെ പലപ്പോഴും ശ്രദ്ധിക്കാതെ വിട്ടുകളയുകയായിരുന്നു. അതുകൊണ്ട് തന്നെ വേർപിരിയലിനു കാരണമായി പറഞ്ഞതെന്ത് എന്ന് ഓർമ്മിച്ചെടുക്കാൻ പലവുരു ശ്രമിച്ചെങ്കിലും അയാൾക്ക് കഴിഞ്ഞിട്ടില്ല.

എന്താണ് അവസാനിക്കുന്നതെന്നോ ഇല്ലാതാകുന്നതെന്നോ കൃഷ്ണദാസ് പറയാഞ്ഞതെന്തെന്നു ഓർത്ത് മൈത്രേയൻ കിടന്നു. പതിവില്ലാത്തവിധം ആ വാക്കുകളിൽ നിരാശയുടെ വരൾച്ച ബാധിച്ചിരിക്കുന്നു. അങ്ങനെ ഉണ്ടാകാത്തതാണ്. പൊട്ടിക്കരഞ്ഞുകൊണ്ടു പറയേണ്ട സുഹൃത്തുക്കളുടെ വിയോഗവാർത്തകൾ പോലും നിസ്സംഗതയോടെ അവൻ പറഞ്ഞിട്ടുണ്ട്. ഹിമാലയത്തിൽപോയിവന്നതിനു ശേഷം എല്ലാം നേരിടാനുള്ള ആത്മബലം അവനിൽ വല്ലാതെ പ്രകടമായിരുന്നു. എല്ലാം അവസാനിച്ചുവെന്നു കൃഷ്ണദാസ് പറയണമെങ്കിൽ തക്കതായ കാരണം വേണം. സ്വരത്തിൽ പതർച്ച വന്നെങ്കിൽ എന്തെങ്കിലും കാര്യമായി സംഭവിച്ചിട്ടുണ്ടാകും. സമയം അഞ്ചരയാകുന്നതേയുള്ളൂ. മടിപിടിച്ച് വീണ്ടും കുറേ നിമിഷം കൂടി മൈത്രേയൻ കിടന്നു. കാതോർത്തപ്പോൾ സാധാരണ കേൾക്കുന്ന ശബ്ദമൊന്നും പുറത്തുനിന്നു കേൾക്കുന്നില്ല. എവിടെയും ഭയപ്പെടുത്തുന്ന മൂകത. ചുവരുകളിൽ നിശ്ശബ്ദതയുടെ വൻതിരമാലകൾ വന്നടിക്കുന്നു. മുന്നിലെ പാതയിലൂടെ കടന്നു പോകുന്ന വാഹനത്തിന്റെ ശബ്ദമൊന്നും കേൾക്കുന്നില്ല എന്നറിഞ്ഞപ്പോൾ വല്ലാതെ സംഭ്രമം തോന്നി.... അപ്രതീക്ഷിതമായി ഏതെങ്കിലും സംഘടനകൾ പ്രഖ്യാപിച്ച ഹർത്താലിൽ നഗരം സ്തംഭിച്ചിരിക്കുമോ? ആകാംക്ഷ ഉള്ളിൽ സർപ്പം പോലെ പുളഞ്ഞപ്പോൾ കിടക്കയിൽനിന്ന് മൈത്രേയൻ ചാടി എഴുന്നേറ്റ് കണ്ണുതിരുമ്മിക്കൊണ്ട് ജനാല തുറന്നു.

മറുനാടൻ നഗരത്തിലേക്കുള്ള തിരക്കേറിയ പാതയുടെ സമീപത്തെ ഫ്ളാറ്റിലായിരുന്നു അയാൾ താമസിച്ചിരുന്നത്. ജനാല തുറന്നാൽ പാതയും കുറച്ചകലെയായുള്ള ട്രാഫിക് സിഗ്നലും കാണാം. സിഗ്നൽ ഓഫായാൽ പലപ്പോഴും അവിടെ വാഹനങ്ങൾ കൂട്ടിയിടിച്ചുള്ള അപകടം പതിവായിരുന്നു. ഏതെങ്കിലും പരിചയക്കാരുടെ വാഹനം അപകടത്തിൽപ്പെട്ട കാര്യമാവും കൃഷ്ണദാസ് പറയാൻ ശ്രമിക്കുന്നതെന്ന് തോന്നി അയാൾ ജാലകം തുറന്നു. പതിവിനു വിപരീതമായി ഒറ്റപ്പെട്ട വാഹനങ്ങൾ മാത്രമായിരുന്നു നിരത്തിൽ. കാൽനട യാത്രികർ വിരലിൽ എണ്ണാൻ മാത്രം. ഗ്രഹണസമയത്തെന്നപോലെ ഭൂമി ഗാഢമായ ഇരുണ്ട നിഴലിൽ മുങ്ങിക്കിടക്കുന്നു. ഇത്രമേൽ കാളിമയിൽ മുങ്ങുന്ന ഒരു പ്രഭാതത്തെക്കുറിച്ച് കാലാവസ്ഥ നിരീക്ഷകർ ഒന്നും സൂചിപ്പിച്ചില്ലല്ലോ എന്നു തമാശയോടെ അയാൾ ഓർത്തു. മൊബൈലിൽ കൃഷ്ണദാസ് വീണ്ടും

വീണ്ടും വിളിക്കുന്നതായി തെളിഞ്ഞതിനാൽ മൈത്രേയൻ ജനാല അടച്ചു ഫോൺ കാതോടു ചേർത്തു.

"ഭൂമിയിലെ നമ്മുടെ ജീവിതം അവസാനിക്കുകയാണോ? പലപ്പോഴായി നമ്മൾ കേട്ട ലോകാവസാനത്തിന്റെ ആരംഭം. ലോകമെങ്ങും ഇതു തന്നെയാണ് സംഭവിച്ചുകൊണ്ടിരിക്കുന്നതെന്നു ബി ബി സി ചാനൽ പറയുന്നു."

കൃഷ്ണദാസിന്റെ സ്വരത്തിൽ ദുഃഖം കിനിഞ്ഞു. അയാൾ ഒരുനിമിഷം നിർത്തി ഇങ്ങേത്തലയ്ക്കൽ നിന്നുള്ള മറുപടിക്കായി കാത്തു. മൈത്രേയന് ഇനിയും പുറത്തെ മാറിയ സ്ഥിതിവിശേഷം മനസ്സിലായില്ല എന്ന തോന്നലിൽ അയാൾ പറഞ്ഞു:

"ആകാശം എത്ര അരികിലായി എന്നു നോക്ക് മൈത്രേയാ. നീ ഇരുപത്തിഒന്നാം നിലയിലാണല്ലോ. ടെറസ്സിൽ കയറിയാൽ നിനക്ക് ഇപ്പോ ആകാശത്തെ തൊടാം... മേഘങ്ങൾ കൈതൊടാവുന്ന അരുകിൽ. ഉയർന്ന ഭൂപ്രദേശങ്ങളിൽ ആകാശം ഭൂമിയെ ചേർന്നുകിടക്കുന്നു എന്നാണ് വാർത്ത. സ്കൂളിൽ പഠിച്ചിരുന്നപ്പോൾ, തെളിഞ്ഞ അരുവിയിലെ നീലാകാശം കൈക്കുമ്പിളിൽ ആക്കാൻ കൊതിച്ചവൻ അല്ലേ നീ. ഇപ്പോൾ നിനക്ക് ടെറസ്സ് വരെ പോയാൽ മതി."

ഒന്നും വേണ്ടവണ്ണം മനസ്സിലാകാതെയാണ് മൈത്രേയൻ ജനാല കഴിവതും തുറന്നു തലചരിച്ച് ഉയരത്തിലേക്ക് നോക്കിയത്. പെട്ടെന്ന് തന്നെ ഭയങ്കരമായ അലർച്ചയോടെ അയാൾ തല പിന്നോട്ടുവലിച്ചു. എത്രയോ കിലോമീറ്റർ ഉയരങ്ങളിൽ കാണപ്പെട്ട ആകാശം കെട്ടിടത്തിന്റെ മുകൾ ഭിത്തിയെ തൊട്ടുനില്ക്കുന്നു. കരിമേഘങ്ങൾ ധൃതിയിൽ പാറിപ്പോകുന്നു. പൊടികലർന്നു തവിട്ടുനിറമുള്ള അന്തരീക്ഷം. പരിഭ്രാന്തരായി ഉഴലുന്ന പറവക്കൂട്ടം. സന്ധ്യപോലെ ഇരുണ്ടിരിക്കുന്നു. സൂര്യരശ്മികൾ തീരെയില്ല. പരിഭ്രമം മൂലം തൊണ്ട വരണ്ടു.

ബിൽഡിങ്ങുകളുടെ ടെറസ്സിൽ നിന്നാൽ ആകാശത്തെ തൊടാമെന്ന്. കരിമേഘങ്ങളിൽ തലകടത്തിനില്ക്കാം. അതൊന്നും അത്ര ലാഘവത്തോടെ കാണാൻ പറ്റിയ മാനസികാവസ്ഥയിലായിരുന്നില്ല മൈത്രേയൻ. മനസ്സിൽ അനുനിമിഷം ഭയം വിജ്രംഭിക്കുകയാണ്. മരിച്ചുപോയ ഏറ്റവും ഉറ്റവരിൽ ആരോ മുന്നിൽ വന്നുനില്ക്കുന്നതു പോലെയുള്ള ഭയമാണ് മനസ്സിൽ. പക്ഷേ, ഇത്ര അരുകിൽ വന്നപ്പോൾ ആനന്ദമല്ല, അലമുറയിട്ടു വിളിക്കാനാണ് തോന്നിയത്. എന്താണ് സംഭവിക്കാൻ പോകുന്നതെന്ന് ഒരെത്തും പിടിയും കിട്ടുന്നില്ല. കൃഷ്ണദാസ് പറഞ്ഞപോലെ ഇങ്ങനെയാകുമോ ലോകാവസാനം തുടങ്ങുന്നത്.

ഇരുവശത്തുമുള്ള ജനാലകൾ തുറന്നുസൂക്ഷ്മമായി മൈത്രേയൻ ഫ്ളാറ്റിന്റെ ഇരുപുറവും നോക്കി. ആകാശത്തിന്റെ ഇരുണ്ട നിഴൽ ഭൂമിയുടെ മേൽ കട്ടിയുള്ള പുറന്തോട് തീർത്തിരിക്കുന്നു. അധികമാരെയും

പുറത്തുകണ്ടില്ല. പലരും തലയ്ക്ക് മുകളിൽ എന്തോ വീഴുമെന്ന് ഭയന്നവണ്ണം ഓടിമറയുന്നു. പുറകേ സുനാമി തിരകൾ പാഞ്ഞുവരുന്ന ഭയപ്പാടോടെ ചീറിപ്പാഞ്ഞുപോകുന്ന വാഹനങ്ങൾ. എവിടെയൊക്കെയോ നിന്ന് പൊലീസ് വാഹനത്തിന്റെ സൈറൺ മുഴങ്ങുന്നു.

കടുത്ത ഒറ്റപ്പെടലിൽ അയാൾക്ക് വീർപ്പുമുട്ടി. ആരോടെങ്കിലും ഉടനെ സംസാരിക്കണമെന്ന് തോന്നി. ഇതൊക്കെ തന്റെയും കൃഷ്ണദാസിന്റെയും മനസ്സിന്റെ തോന്നലുകൾ മാത്രമാണോയെന്നു ചോദിക്കണം. സമാന മനസ്കരുടെ ചില തോന്നലുകൾ. ഇരുവരെയും ഒരുപോലെ അറിയുന്ന ഒരാളെന്ന നിലയ്ക്ക് പെട്ടെന്ന് വിളിക്കാൻ തോന്നിയത് മല്ലികയെയാണ്. തന്നോടൊത്തുള്ള കൂടെപ്പാർപ്പിൽ മടുത്ത് ഇറങ്ങിപ്പോയവൾ.

“എനിക്ക് ഭയമാകുന്നു മൈത്രേയാ... ലോകമെങ്ങും ആകാശം താഴെ വീണിരിക്കുന്നു. വിശദീകരണങ്ങൾ പലതും വരുന്നുണ്ട്. ഒന്നും എനിക്ക് മനസ്സിലാവുന്നില്ല. ചുവരുകൾ ഇല്ലാത്ത ഒരു മേൽക്കൂര തകർന്നു വീണ പോലെയാണ് എനിക്ക് തോന്നുന്നത്. രാവിലെ മുതൽ തന്നെ ടി വി ചാനലിനു മുമ്പിലാ ഹോസ്റ്റലിൽ ഞാനുൾപ്പെടെ എല്ലാവരും. പേടിക്കാനില്ലെന്നാണ് നാസയിലെ ശാസ്ത്രജ്ഞൻ ഇപ്പോൾ പറഞ്ഞത്.” തന്നോട് സംസാരിക്കാൻ കാത്തിരുന്നതു പോലെ മല്ലിക ഫോണിലൂടെ ധൃതിയിൽ പറഞ്ഞു.

“ഞാൻ അങ്ങോട്ടുവന്നാൽ നീ കൂടെ വരുമോ? ഇരുപത്തിയൊന്നാം നിലയിലെ ഈ ഫ്ളാറ്റിൽ ഒറ്റയ്ക്കിരുന്നിട്ട് എനിക്ക് ഭയമാകുന്നു. ലോകം അവസാനിക്കുമ്പോൾ നീ എന്നോടൊപ്പം ഉണ്ടാകണമെന്ന് ഒരാഗ്രഹം.” മൈത്രേയൻ പറഞ്ഞു.

മറുപടിക്കു വേണ്ടി കാതോർത്തുവെങ്കിലും പെട്ടെന്ന് ഫോൺ ബന്ധം നിലച്ചു. ഏകാന്തതയുടേയും ആശങ്കയുടേതുമായ തുരുത്തിൽ അകപ്പെട്ട പോലെ അയാൾക്ക് അനുഭവപ്പെട്ടു. കുറേനേരം ആരുടെയെങ്കിലും ഒപ്പം ചെലവഴിക്കാൻ ആഗ്രഹിച്ചെങ്കിലും അതിനു പറ്റിയ ആരെയും അയാൾക്ക് ഓർമ്മ വന്നില്ല. ജന്മനാട്ടിൽനിന്ന് അകലെയുള്ള ആ മെട്രോപ്പൊളിറ്റൻ നഗരത്തിൽ അനുയോജ്യമായ സൗഹൃദങ്ങൾ ഇനിയും ഉണ്ടാക്കിയെടുക്കാൻ അയാൾക്ക് കഴിഞ്ഞിട്ടില്ല. വാരാന്ത്യമായതു കൊണ്ട് ഓഫീസ് അവധിയാണ്. നാളെ ഓഫീസ് ഉണ്ടാവുമോ എന്നറിയില്ല. ഇനി എന്നെങ്കിലും ഓഫീസ് ഉണ്ടാവുമോ?

ഫ്ളാറ്റിന്റെ വാതിൽ തുറന്നു മൈത്രേയൻ പുറത്തേക്കിറങ്ങി. ലിഫ്റ്റ് പ്രവർത്തനരഹിതമെന്ന അറിയിപ്പ് ഭിത്തിയിൽ പതിച്ചിട്ടുണ്ട്. കോണിപ്പടികൾ ഇറങ്ങി താഴെയെത്തുമ്പോൾ സെക്യൂരിറ്റി തോമസ് മുന്നിൽ. അർദ്ധരാത്രി മുതലാണ് ആകാശം മാറിത്തുടങ്ങിയതെന്ന് അയാൾ പറഞ്ഞു. വെളുപ്പിനോട് കൂടിയാണ് ഈ മട്ടിൽ മാറിയത്. വിമുക്തഭടനായ അയാളിൽ പരിഭ്രാന്തിയുടെ യാതൊരു രേഖയും കാണാനായില്ല.

ഫ്ളാറ്റിലെ അന്തേവാസികളിൽ ചിലരെ കണ്ടെങ്കിലും കാര്യമായി ഒന്നും പറയാതെ ഭയപ്പെട്ട് അവരവരുടെ ഫ്ളാറ്റിലേക്ക് ഓടുകയായിരുന്നു. കണ്ണിന് ഹാനികരമായ രശ്മികൾ അന്തരീക്ഷത്തിൽ ഉണ്ടെന്ന വാർത്ത ഇതിനോടകം പരന്നിരുന്നു. നിരത്തിൽ വാഹനങ്ങൾ വല്ലാതെ കുറഞ്ഞിട്ടുണ്ട്. ബസുകളിൽ യാത്രക്കാരുടെ എണ്ണം പേരിനു മാത്രം. ഒരു പ്രതിരോധം പോലെ പാതയോരത്തെ ചില കടകൾ തുറന്നിട്ടുണ്ട്.

ടി വി ചാനലുകൾ മുഴുവൻ താഴോട്ടുവീണ ആകാശ വിതാനത്തെക്കുറിച്ചുള്ള വാർത്തകൾ മാത്രമായിരുന്നു. പ്രധാനമന്ത്രിയും രാഷ്ട്രപതിയും ജനങ്ങളോട് നടത്തിയ പ്രസംഗത്തിൽ ആളുകൾ പരിഭ്രാന്തരാകരുതെന്നും കാര്യങ്ങളെ സമചിത്തതയോടെ നേരിടണമെന്നും അഭ്യർത്ഥിച്ചു. വാനനിരീക്ഷണ വിദഗ്ദ്ധന്മാർ കാലാവസ്ഥയിലുണ്ടായ വ്യതിയാനത്തെ തുടർന്നുള്ള താല്ക്കാലിക പ്രതിഭാസമാണിതെന്നും നാളുകൾക്കുള്ളിൽ പൂർവ്വസ്ഥിതി പ്രാപിക്കുമെന്നും പ്രവചിച്ചു. എഴുത്തുകാരും രാഷ്ട്രീയക്കാരും പങ്കെടുത്ത ചാനൽ ചർച്ചകളിലും വിഷയം ആശങ്ക ഉണർത്തുന്ന ആകാശം തന്നെയായിരുന്നു.

ആകാശം എന്നൊന്നില്ല, അത് വെറും തോന്നലാണ്. എതിർദിശയിലെ ഫ്ളാറ്റിൽ താമസിക്കുന്ന രാമകൃഷ്ണൻ സാർ പറഞ്ഞു. "വിമാനത്തിൽ യാത്ര ചെയ്യുമ്പോൾ, മേഘപാളികൾക്കിടയിലൂടെയാണ് പോകുന്നത്. മേഘങ്ങൾ നമ്മൾ യാത്ര ചെയ്യുന്ന വിമാനത്തെ തൊട്ടുരുമ്മി കടന്നുപോകും. പലജാതി മേഘങ്ങൾ..... ഏതോ കാരണത്താൽ അവയൊക്കെ ഇപ്പോൾ താഴേക്കു വന്നു എന്നേയുള്ളൂ."

ഒരു നിമിഷം നിർത്തി മൈത്രേയന്റെ മുഖത്തേക്ക് നോക്കി അയാൾ ചോദിച്ചു: "ഈ ആകാശം നാം ജനിക്കുമ്പോഴേ ഈ വിധം ആയിരുന്നെങ്കിൽ ഇങ്ങനെ ഭയക്കുമായിരുന്നോ?"

മൈത്രേയൻ ഒരുത്തരവും പറയാതെ നിന്നപ്പോൾ, "ഇല്ല.... ആരും ഭയക്കില്ല" എന്നു രാമകൃഷ്ണൻ സാർ തന്നെ പറഞ്ഞു. "ഭൂമിയുടെ ഉപരിതലത്തിലുള്ള ശൂന്യപ്രദേശമാണ് ആകാശം. അതിപ്പോഴും അവിടെയുണ്ട്. നീരാവി വഹിച്ചു കൊണ്ടുള്ള വായു താഴേത്തട്ടിൽ വെച്ചുതന്നെ ഘനീഭവിച്ചതു കൊണ്ടാകാം മേഘങ്ങൾ താഴെ കാണപ്പെടുന്നത്. രണ്ടു കിലോമീറ്റർ മുതൽ കാണപ്പെടുന്ന മേഘങ്ങൾ താഴേക്ക് വന്നു എന്നേയുള്ളൂ. ഭൂമിയുടെ അന്ത്യമായിട്ടൊന്നും കരുതേണ്ടതില്ല. ഇതു വലിയൊരു കാര്യമായി എനിക്കു തോന്നുന്നില്ല." യാതൊരുവിധ ഭീതിയും ആ മുഖത്ത് ഉണ്ടായിരുന്നില്ല.

എഴുതിക്കൊണ്ടിരുന്ന നോവലിന് നല്കിയ പേര് *ഭൂമിയുടെ അന്ത്യത്തോളം* എന്നായിരുന്നുവെന്നു മൈത്രേയൻ ഞെട്ടലോടെ ഓർത്തു. നോവൽ പൂർത്തിയാകുമ്പോൾ ഭൂമിയിലെ ജീവിതം തന്നെ അനിശ്ചിതത്വത്തിലായിരിക്കുന്നു. ആകാശം പൂർവ്വസ്ഥിതിയിലേക്ക് മടങ്ങിയില്ലെ

ങ്കിൽ ഭൂമിയിലെ ജീവിതം പഴയതുപോലെ ആവില്ല. പാതകളിലെ വാഹനയോട്ടം മിക്കവാറും നിലച്ച മട്ടാണ്. നാളെ ഓഫീസ് അവധിയാണെന്ന് അറിയിപ്പ് ലഭിച്ചിട്ടുണ്ട്. ഓരോ മതത്തിന്റെയും പുരോഹിതർ പുതിയ പ്രതിഭാസത്തെ അവരവരുടെ പുണ്യഗ്രന്ഥവുമായി ബന്ധിപ്പിക്കാൻ പാടുപെടുകയാണ്. അവരുടെ ഗ്രന്ഥത്തിൽ ഈ പ്രതിഭാസത്തെക്കുറിച്ച് പണ്ടേ പറഞ്ഞിരുന്നുവത്രേ. തങ്ങളുടെ മതമാണ് ശ്രേഷ്ഠം എന്ന് ഈ അവസരത്തിലും ബോദ്ധ്യപ്പെടുത്താനുള്ള പരിശ്രമം.

പൊതുജനം ആകാശത്തിന്റെ തകർച്ച പല രീതിയിലാണ് നോക്കിക്കണ്ടത്. ചിലർ ലോകാവസാനത്തിന്റെ മുഖ്യമായ ലക്ഷണം എന്നു വിലയിരുത്തിയപ്പോൾ മറ്റുചിലർ ഇതൊരു കാലാവസ്ഥ പ്രതിസന്ധിയായി പരിമിതപ്പെടുത്തി.

മൈത്രേയൻ ഫ്ളാറ്റിൽ തന്നെ കഴിച്ചുകൂട്ടി. ഉച്ചതിരിഞ്ഞപ്പോൾ ആരോ കോളിങ് ബെല്ലടിച്ചു. അടുത്ത് ഫ്ളാറ്റിലെ ഭയന്നുപോയ ആരോ ഒരാൾ ആണെന്നു തോന്നി. ഭൗമാന്തരീക്ഷത്തിൽ വന്ന വ്യതിയാനം കണ്ടു ഭയപ്പെട്ടുപോയ ആരെങ്കിലും ആയിരിക്കുമോ? മൈത്രേയൻ വാതിൽ തുറന്നു. അയാൾക്ക് വിശ്വസിക്കാൻ കഴിഞ്ഞില്ല. മുന്നിൽ മധുരമായ പുഞ്ചിരിയോടെ മല്ലിക. പുറത്തേക്ക് ഇപ്പോൾ മാത്രം പോയിവന്നവിധം സങ്കോചങ്ങൾ ഒന്നുമില്ലാതെ അവൾ അകത്തേക്ക് കടന്നു. പതിവുപോലൊരു പ്രഭാതം എന്ന ഭാവമായിരുന്നു.

"എങ്ങനെ വന്നു?" മൈത്രേയൻ അമ്പരപ്പോടെ ചോദിച്ചു.

"എന്റെ സ്കൂട്ടറിൽ"

"ഒറ്റയ്ക്ക്?"

"അതെ എപ്പോഴും അങ്ങനെ തന്നെയാണല്ലോ?"

"പക്ഷേ, ഇന്ന് എല്ലാവരും ഭയന്നുപോയ ദിവസമല്ലേ... ജനങ്ങളെല്ലാം വീട്ടിനുള്ളിൽ തന്നെ കഴിയുന്നു."

"രണ്ടുപേർ ചുംബിക്കുന്നതു കാണുമ്പോൾ എന്തിനാണ് ഭയക്കുന്നത്?" മല്ലിക പൊട്ടിച്ചിരിച്ചുകൊണ്ട് ചോദിച്ചു.

"ചുംബിക്കുന്നതോ?" മൈത്രേയൻ ഒന്നും മനസ്സിലാവാത്ത മട്ടിൽ മല്ലികയുടെ മുഖത്തേക്ക് നോക്കി. ഇവൾ എന്തു ഭ്രാന്താണ് പുലമ്പുന്നത്.

ഫ്ളാറ്റിന്റെ ഇരുവശങ്ങളിലുമുള്ള ജാലകങ്ങൾ മല്ലിക തുറന്നിട്ടു. കുളിർമ്മയുള്ള വായു തിടുക്കത്തിൽ അവരുടെ ഇടയിലേക്ക് പ്രവഹിച്ചു.

"എത്രയോകാലം വിദൂരതയിലിരുന്നു കണ്ണിൽക്കണ്ണിൽ നോക്കിയിരുന്നില്ലയോ ഇരുവരും."

"ആര്?"

"ആകാശവും ഭൂമിയും"

"ഇപ്പോഴല്ലേ ഇരുവർക്കും തമ്മിൽ ചേരാൻ ഒരവസരം ഒത്തുവന്നത്..

ദാ നോക്കൂ.... ആകാശം ഭൂമിയെ ചുംബനം കൊണ്ട് മൂടുന്നത് കണ്ടില്ലേ....?"

മൈത്രേയന്റെ കൈപിടിച്ച് ജാലകം മലർക്കെത്തുറന്നു മല്ലിക പുറത്തെ കാഴ്ച ആസ്വദിച്ചു. രാവിലെ ഭയമായിരുന്നു മല്ലികയുടെ വാക്കുകളിൽ. ഇപ്പോൾ അവളിൽ ഉത്സാഹമാണ്. ആനന്ദദായകമായ ഒരു ചരിത്ര മുഹൂർത്തത്തിനു സാക്ഷിയാകാൻ കഴിഞ്ഞതിലുള്ള സന്തോഷം. തികഞ്ഞ ആത്മാർത്ഥതയോടെയാണ് അവൾ പറയുന്നത്. ആ കണ്ടെത്തൽ തമാശയായി അയാൾക്ക് തോന്നിയില്ല. അതിൽ ചിലപ്പോൾ സത്യമുണ്ടായിരിക്കാം. സങ്കീർണ്ണമായ പ്രപഞ്ചത്തെക്കുറിച്ച് എന്തെങ്കിലും പറയാൻ അശക്തൻ എന്ന ഭാവമായിരുന്നു അയാൾക്ക്. എന്തായാലും ഉള്ളിൽനിന്ന് ഭീതിയുടെ എല്ലാ കെട്ടുകളും ഇതിനോടകം അഴിഞ്ഞു പോകുന്നു.

അപ്പോൾ പുറത്ത്, ഭൂമിയുടെ കറുത്താർന്ന പരിരംഭണത്തിൽനിന്ന് വിണ്ണ് വിടുതൽ നേടുകയായിരുന്നു. ഭൂമിയെ പൊതിഞ്ഞ മേഘക്കീറുകൾ തികഞ്ഞ ഹൃദയ വിങ്ങലോടെ പൊങ്ങി. ആകാശം പൂർവ്വസ്ഥിതിയിലേക്ക്. അന്തരീക്ഷം ക്രമേണ തെളിച്ചമുള്ളതായി. ഓഫീസുകളും നിരത്തുകളും സജീവമായി. ആകാശം ഭൂമിയെ ചുംബിച്ച നാൾ അങ്ങനെ അവസാനിക്കുകയായിരുന്നു.

മോഡൽ

ജീവിതത്തിലേക്കു തിരിച്ചുവരാനുള്ള അടങ്ങാത്ത വെമ്പലോടെ അയാൾ പുതുപുത്തൻ ഫാഷൻ വസ്ത്രങ്ങൾ അഴിച്ചുമാറ്റി. മുഖത്ത് പറ്റിപ്പിടിച്ചിരുന്ന വിയർപ്പിന്റെയും മേക്കപ്പ് പൗഡറിന്റെയും സമ്മിശ്രിതത്തിന്റെ പാളി അടർത്തി മാറ്റുന്നതിനിടയിലാണ് മാനേജർ വിളിക്കുന്നുവെന്ന അറിയിപ്പ് ലഭിച്ചത്. അത്തരമൊരു വിളി പലപ്പോഴും അസുഖകരമായ ഒരവസ്ഥയിലേക്കുള്ള വഴിത്തിരിവാകുന്നു എന്നോർത്തപ്പോൾ അയാളുടെ മനസ്സൊന്നു ചിണുങ്ങി.

രാവിലെ മുതലുള്ള നില്പ് കാരണം പെരുത്തുപോയ കാലടികൾ പെറുക്കിവെച്ച് മൂന്നാംനിലയിലുള്ള മാനേജരുടെ മുറിയിലേക്ക് അയാൾ നടന്നു. അനൂപ് മോനെ ഹോസ്പിറ്റലിൽ കൊണ്ടുപോകാൻ നീക്കിവെച്ച സമയമിങ്ങനെ ചോർന്നു പോകുന്നുവല്ലോ എന്നോർത്തപ്പോൾ മനസ്സിന്റെ സമതലങ്ങളിൽ ഒരു സങ്കടമഴ ചാറാൻതുടങ്ങി.

പുറത്തപ്പോഴും മഴയുണ്ടായിരുന്നു. കണ്ണാടിക്കൂടിലെ ചലനമറ്റ നില്പിനിടയിൽ മഴ പല രൂപത്തിലും ഭാവത്തിലും അയാളുടെ മുന്നിൽ വരാറുണ്ട്. ചിലപ്പോൾ മുടിയഴിച്ചാടുന്ന പെണ്ണാളായി, കോപത്തിന്റെ കനൽ കണ്ണിൽ ഒളിപ്പിച്ച പരദേവതയായി, കൊമ്പുകുലുക്കിയെത്തുന്ന കരിവീരനായി....

മഴയിലൂടെ പിതൃക്കൾ അയാളെതേടി എത്തിത്തുടങ്ങിയത് ഇന്ന് ഉച്ചയ്ക്ക് മുതൽക്കാണ്. ഒരു മഹാവൃക്ഷംപോലെ നിന്ന ഇന്നത്തെ മഴയുടെ കറുത്തിരുണ്ട ചില്ലകളിലൊന്നിൽ അകാലത്തിൽ യാത്രാമൊഴി ചൊല്ലിയ അച്ഛന്റെ കാലുകളാണ് ആദ്യം കണ്ടത്. കുടിപ്പള്ളിക്കൂടത്തിൽ പഠിച്ചുകൊണ്ടിരുന്ന നാളിലെ മഞ്ഞുപ്രഭാതത്തിൽ ചായ്പിൽ കണ്ട

അതേ ഭീകരതയോടും തെളിമയോടും. വെള്ളയിൽ നീലവരകളുള്ള കൈലിക്കടിയിൽ തൂങ്ങിയാടുന്ന നീളൻ ചെങ്കൽ കല്ലുകൾ പോലെയുള്ള പാദങ്ങളിലേക്ക് ഒന്നേ നോക്കിയുള്ളൂ അന്നും ഇന്നും. തലചുറ്റൽ നിയന്ത്രിച്ചു നിർത്താനായി, പക്ഷേ, വികൃതമായൊരു ശബ്ദം കണ്ണാടിക്കൂടിൽനിന്ന് ഭാഗികമായി ബഹിർഗ്ഗമിച്ചു.

എന്താ എന്തുപറ്റിയെന്ന അന്വേഷണവുമായി കാവല്ക്കാരനെത്തുമ്പോൾ മുന്നിൽ അച്ഛനുണ്ടായിരുന്നില്ല, മരവും. കണ്ണെത്തും ദൂരത്തെങ്ങും നരച്ച മഴ. മഴ മാത്രം. കാവല്ക്കാരന്റെ ആവർത്തിച്ചുള്ള ചോദ്യത്തിനു മഴയിൽ കുതിരാത്ത കണ്ണുകളുമായി വിദൂരതയിലേക്ക് അലിവില്ലാതെ നിശ്ശബ്ദം നോക്കിനിന്ന് അയാൾ മറുപടി പറഞ്ഞു. എവിടെ നിന്നാണ് ആ ശബ്ദം കേട്ടതെന്നു തിരിച്ചറിയാൻ കഴിയാത്തതിലുള്ള അരിശവുമായി കാവല്ക്കാരൻ അമർത്തി ചവിട്ടി തിരിച്ചു നടക്കുമ്പോൾ മേലാവിൽ നിന്നൊരു വിളി പ്രതീക്ഷിച്ചതായിരുന്നു അയാൾ. ഭയന്നതുപോലെ സംശയിച്ചിരിക്കുന്നു.

കണ്ണാടിക്കൂടിലെ ജീവിയുടെ മേൽ ഒരു കണ്ണുവേണമെന്ന മാനേജരുടെ നിർദ്ദേശം അതിരു കവിഞ്ഞ സന്തോഷത്തോടെ എന്നും നിറവേറ്റി പോന്നിരുന്നു മദ്ധ്യവയസ്കനായ കാവല്ക്കാരൻ. ഏതൊരു ചെറിയ പിഴവും കൊടുമുടിയാക്കി മാനേജരുടെ കാതിലെത്തിക്കുന്നതിൽ കാവല്ക്കാരനൊരു പ്രത്യേക ആനന്ദം അനുഭവിക്കുന്നതായി അയാൾക്ക് തോന്നാറുണ്ട്.

വാക്കുകളും വികാരങ്ങളും ജീവന്റെ അടിസ്ഥാന പ്രമാണമായ ചലനത്തെ ചങ്ങലയ്ക്കിടാനുള്ള കഴിവാണ് ഈ ജോലിക്ക് ഒഴിച്ചുകൂടാൻ പാടില്ലാത്തതെന്ന് കമ്പനി അധികൃതർ 'മോഡലിനെ ആവശ്യമുണ്ടെന്ന്' കാണിച്ച് നല്കിയ പരസ്യത്തിൽ തന്നെ വ്യക്തമാക്കിയിരുന്നു. ജീവിതവുമായുള്ള യാതൊരു കെട്ടുപാടുകളും ജോലി സമയത്ത് അനുവദനീയമല്ലെന്നും അത്തരത്തിലുള്ള ഏതു ശ്രമത്തിനും കനത്ത പിഴ ചുമത്തുമെന്നും അവർ വളച്ചു കെട്ടില്ലാതെ സൂചിപ്പിച്ചിരുന്നു. പിഴ ചുമത്താനാവുമോ വിളിപ്പിച്ചത്?

ജീവനുള്ള പ്രതിമയാണ് ഗായത്രി ടെക്സ്റ്റയിൽസിനു വേണ്ടതെന്ന് അറിഞ്ഞുകൊണ്ടു തന്നെയാണ് രണ്ടുമാസം മുൻപ് അയാൾ ജോലിയിൽ പ്രവേശിച്ചത്. നിബന്ധനകളെല്ലാം അണുവിട തെറ്റാതെ പാലിച്ചു പോന്ന അയാളെ അധികൃതർക്ക് താല്പര്യവുമായിരുന്നു. അയാളെ ചിരിപ്പിക്കാനും സംസാരിപ്പിക്കാനും ടി വിക്കാരും പത്രക്കാരും നടത്തിയ ശ്രമങ്ങൾ പരാജയപ്പെട്ടത് വാർത്താപ്രാധാന്യം നേടിയതുമൂലം തങ്ങളുടെ വസ്ത്രവ്യാപാരശാലയുടെ പേരും എങ്ങും പരക്കുന്നത് അവർക്ക് ഹരം പകർന്നിരുന്നു.

'ദേഹമനങ്ങാതെയുള്ള ജോലിയല്ലിയോ തന്റേതെന്ന' ദുഃസൂചനയു

മായാണ് കാവല്ക്കാരൻ എന്നും അയാളെ നേരിട്ടത്. പുതുപുത്തൻ പ്രദർശന വസ്ത്രങ്ങളുടെ മോഡലായി നില്ക്കാനുള്ള മോഹം പരുക്കൻ മുഖഭാവവും പ്രായക്കൂടുതൽ മൂലവും കൈയെത്താത്ത അകലത്തിലായതിലുള്ള സങ്കടം കാവല്ക്കാരന്റെ വാക്കിലും പെരുമാറ്റത്തിലും അയാളെന്നും അനുഭവിച്ചിരുന്നു.

മൂന്നാംനിലയിലായിരുന്നു മാനേജരുടെ ഓഫീസ്. ഗ്രൗണ്ട് ഫ്ളോറും, ഒന്നാം നിലയും പുരുഷന്മാരുടെയും രണ്ടാം നില സ്ത്രീകളുടേയും കുട്ടികളുടേയും തുണിത്തരങ്ങളുടെ വിശാലമായ ഷോറൂമുകളായിരുന്നു. ഇരുട്ട് പരന്നു തുടങ്ങിയെങ്കിലും ഷോറൂമുകളിൽ നല്ല തിരക്ക്.

കസ്റ്റമേഴ്സിനോടൊപ്പമുണ്ടായിരുന്ന കുട്ടികളിൽ ചിലർ അയാളെ തിരിച്ചറിഞ്ഞ സംതൃപ്തിയിൽ ആഹ്ലാദം പ്രകടിപ്പിക്കാനും അടുത്തേക്ക് വരാനും തുടങ്ങി. അവരിൽനിന്ന് രക്ഷപ്പെടാൻ വേണ്ടി അയാൾ ധൃതിയിൽ മുകളിലേക്കുള്ള കാർപ്പറ്റ് വിരിച്ച പടികൾ കയറി.

അന്തിവാനത്തിന്റെ നിറത്തിൽ മാനേജർ എന്നെഴുതിയ ബോർഡ് തൂങ്ങുന്ന ഓഫീസിലേക്ക് ഇതു രണ്ടാംതവണയാണ് അയാൾ പ്രവേശിക്കുന്നത്. ആദ്യമായി വന്നത് ഇന്റർവ്യൂവിനായിരുന്നു. ഏറെ ഭയപ്പാടോടെയായിരുന്നു അത്. കാവല്ക്കാരന്റെ ഏഷണി മൂലം ജോലി ലഭിക്കുമോയെന്ന ഭയമാണിപ്പോഴുള്ളത്. ഭയം സന്തത സഹചാരിയായി മാറിയിരിക്കുന്നു.

വാതിൽപ്പാളിയിൽ ചെറുതായി മുട്ടിക്കൊണ്ട് ഓഫീസിലേക്ക് പ്രവേശിക്കുമ്പോൾ മാനേജർ ലേഡി സെക്രട്ടറിയോട് എന്തോ മന്ത്രിക്കുകയായിരുന്നു. വെളുത്തു മെലിഞ്ഞ അവൾ കൺപോളകളിൽ ചായം തേച്ചിരുന്നു. മറുപടിയായി, അവിശ്വസനീയതോടെ നെറ്റി ചുളിച്ച്, വശ്യമായി മന്ദഹസിച്ചും ഒരുനിമിഷം നിന്ന അവൾ അകത്തേക്കു പോയപ്പോൾ മുന്നിലെ കസേര ചൂണ്ടി അയാളോട് ഇരിക്കാൻ മാനേജർ ആംഗ്യം കാട്ടി.

മുഖം പ്രതിഫലിക്കുന്ന മേശയിലെ മെയിൽ ഫോൾഡറിലൊന്നിൽ എന്തോ കുറിക്കുന്നതിനിടയിൽ, മുഖമുയർത്തി മാനേജർ പറഞ്ഞു:

"നിങ്ങളുടെ കാര്യത്തിൽ മാനേജർ ചിലതു തീരുമാനിച്ചിട്ടുണ്ട്."

ഭീതിജനകമായതെന്തോ സംഭവിക്കാൻ പോകുന്നുവെന്നൊരു സൂചന മാനേജരുടെ വാക്കുകളിലുണ്ടായിരുന്നു. കാവല്ക്കാരന്റെ ഏഷണി പ്രവർത്തിച്ചു തുടങ്ങുകയാണെന്ന് അയാൾ ഭയപ്പെട്ടു.

ജോലിസമയത്ത് എന്തിന് ഒച്ച വെച്ചുവെന്ന് മാനേജർ ചോദിച്ചാൽ ഉചിതമായി എന്തു മറുപടി പറയേണ്ടുവെന്നറിയാതെ അയാൾ വിഷണ്ണനായി.

പുറത്തു മഴയുണ്ടായിരുന്നെങ്കിലും റൂമിലെ ചൂട് വർദ്ധിക്കുകയായിരുന്നു. കടുത്ത പനിയിൽ മകനും ഇതുപോലെ പൊള്ളുന്നുണ്ടാവുമോ എന്ന ആശങ്ക അയാളിൽ ശക്തമാകാൻ തുടങ്ങി.

"പുരുഷന്മാരുടെ വസ്ത്രങ്ങളുടെ പ്രദർശനത്തിനുള്ള മോഡൽ മാത്രമാണല്ലോ ഇപ്പോഴുള്ളത്. ഈ സ്ഥാപനത്തിൽ ഏറ്റവും കൂടുതൽ വില്ക്കുന്നത് സ്ത്രീകൾക്കുള്ള വസ്ത്രങ്ങളാണെന്നത് കണക്കിലെടുക്കുമ്പോൾ സ്ത്രീകളുടെ ഫാഷൻ വസ്ത്രങ്ങളുടെ പ്രദർശനത്തിനും ഒരാളുണ്ടാവേണ്ടിയിരിക്കുന്നു. ജോലി താങ്കളുടേതിനു സമാനം തന്നെ. ഷോറൂം നല്കുന്ന വസ്ത്രങ്ങൾ ധരിച്ച് പ്രത്യേകമായൊരറങ്കിളിൽ നില്ക്കുക. ഇതിനുവേണ്ടി ഷോറൂമിന്റെ വാതിലിനു വലതു വശത്തായി പ്രത്യേകമായൊരു കണ്ണാടിക്കൂട് ഉടൻ സജ്ജീകരിക്കും. താങ്കൾ ഇടതു വശവും അവൾ വലതുവശവും.

താൻ കാണാൻ പോകുന്നതിലേറ്റവും സുന്ദരമായൊരു ദൃശ്യമെന്ന വണ്ണം മാനേജർ പുഞ്ചിരിച്ചു. പിന്നെ എന്തിനെക്കുറിച്ചോ ഓർത്ത് പെട്ടെന്ന് ബോദ്ധ്യം വന്നവനായി ശബ്ദത്തിന് കൃത്രിമമായൊരു ശോകഭാവം കലർത്തി പറഞ്ഞു:

"അതെ, അങ്ങനെയാണ് ഞാൻ പദ്ധതിയിട്ടിരുന്നത്. പക്ഷേ, ഡയറക്ടർ ബോർഡിന്റെ പുതിയ തീരുമാനപ്രകാരം കപ്പിൾസിനെയാണ് ഈ ജോലിക്ക് പ്രിഫർ ചെയ്യുന്നത്." തടിച്ച വയറുള്ള മെയിൽ ഫോൾഡറിൽ പേന കൊണ്ടു മൃദുവായി തട്ടി മാനേജർ തുടർന്നു:

"ഈ ജോലിക്ക് കപ്പിൾസിനെ ക്ഷണിച്ചുകൊണ്ടു നല്കിയ പരസ്യത്തിന് ലഭിച്ച അപേക്ഷകളിൽനിന്നു രണ്ടാംവട്ട പരിശോധനയിൽ സെലക്ട് ചെയ്തവരുടെ സി ഡിയാണിത്. അപ്പോൾ റെസ്പോൺസ് എന്തായിരുന്നുവെന്നു നിങ്ങൾക്ക് ഊഹിക്കാമല്ലോ. ഈ സി ഡികളിൽ നിന്ന് അനുയോജ്യമായതൊന്നു തെരഞ്ഞെടുക്കാനാണ് ബോർഡിന്റെ തീരുമാനം. തീർച്ചയായും അതൊരു പ്രയാസമുള്ള കാര്യമല്ല."

ഒരു നിമിഷത്തെ മൗനത്തിനു ശേഷം മാനേജർ ഒറ്റ ശ്വാസത്തിൽ പറഞ്ഞുനിർത്തി.

"ഈ സാഹചര്യത്തിൽ നിങ്ങളുടെ സർവ്വീസ് ഈ സ്ഥാപനത്തിന് ആവശ്യമില്ല."

എത്രയോ പേടിസ്വപ്നങ്ങളിൽ ഈ വാക്യം ആരുടെയൊക്കെയോ സ്വരങ്ങളിൽ കേട്ടതിനാലാകണം അയാളിൽ പ്രകടമായ ഭാവഭേദമൊന്നുമുണ്ടായില്ല. എത്രയോ പ്രഭാതങ്ങളിൽ അവസാനവെളിച്ചവും അണഞ്ഞ അറ്റംകാണാത്ത ഒരു തുരങ്കത്തിലൂടെ ഭാര്യയുടേയും കുഞ്ഞിന്റെയും കൈപിടിച്ച് പോകുന്നതിനിടയിലാണ് അയാൾ കണ്ണുതുറക്കാറുള്ളത്.

അശുഭകരമായതെന്തോ സംഭവിക്കാൻ പോകുന്നുവെന്ന് മനസ്സ് പിറുപിറുത്തത് അറംപറ്റിയതിലുള്ള അമ്പരപ്പും കാവല്ക്കാരനെ തെളിവില്ലാതെ സംശയിച്ചതിലുള്ള കുറ്റബോധവും അയാളുടെ മനസ്സിൽ കുമിഞ്ഞു.

മാനേജരുടെ മുഖത്ത് അത്ഭുതത്തിന്റെ തിരയിളക്കം. അയാൾ കരയുമെന്നും കണ്ണീരിനാൽ കാലുകഴുകുമെന്നും മാനേജർ കരുതിയിരുന്നു. അയാളുടെ കഷ്ടപ്പാടിന്റെ ഹൃദയമുരുകുന്ന എത്രയോ കഥകൾ മാനേജർക്കറിയാമായിരുന്നു. അന്യമതക്കാരിയായ പെൺകുട്ടിയെ ജീവിതത്തിലേക്ക് സ്വീകരിച്ചതുമൂലം നേരിടേണ്ടിവന്ന സംഘർഷങ്ങളും കുടിവെള്ളക്ഷാമം മൂലം ഗ്രാമം വിട്ടോടേണ്ടിവന്നതും നഗരത്തിലെ ഒരു ജോലിക്കു വേണ്ടി കുഴൽവെള്ളം കുടിച്ചു ദിനരാത്രങ്ങൾ തള്ളിനീക്കിയതുമൊക്കെ. അതെല്ലാം ഓർത്തുകൊണ്ട് അദ്ദേഹം ചോദിച്ചു. "നിങ്ങളൊന്നും പറഞ്ഞില്ല, അഥവാ നിങ്ങൾക്കൊന്നും പറയാനില്ലെന്നുണ്ടോ?"

"ഇല്ല സർ, എനിക്കൊന്നും പറയാനില്ല." അയാൾ ഇരിപ്പിടത്തിൽ നിന്നും നിശ്ശബ്ദമായി എഴുന്നേറ്റു.

മാനേജർ മനുഷ്യസ്നേഹിയാണെന്നതിൽ അയാൾക്ക് സംശയമൊന്നുമുണ്ടായിരുന്നില്ല. രണ്ടുമാസമായിട്ടാണെങ്കിലും ഈ ജോലി അദ്ദേഹം അനുവദിച്ചല്ലോ. ആയിരങ്ങളിൽനിന്ന് ഒരുവനായി തന്നെ തിരഞ്ഞെടുത്തല്ലോ.

ഒരു താവളവും അന്തിമമല്ലെന്ന് മുൻപേ അറിയാത്തതാണ് തന്റെ കുറ്റമെന്ന് ഓർത്ത് പുറത്തേക്കിറങ്ങാൻ തുടങ്ങവേ, മാനേജർ പ്രത്യേകമായൊരു താല്പര്യത്തോടെ കസേരയിൽ ഒന്നിളകിയിരുന്നു ചോദിച്ചു.

"അല്ല, എന്തുകൊണ്ട് നിങ്ങളുടെ ഭാര്യക്ക് ഈ ജോലി ചെയ്തുകൂടാ. നിങ്ങളിരുവരും ഈ ജോലിക്ക് തയ്യാറായില്ലെങ്കിൽ മാത്രമേ പുറത്തുനിന്നുള്ളവരെ ഈ ജോലിക്ക് ഞാൻ പരിഗണിക്കൂ. നിങ്ങളുടെ സ്ഥിതികൾ അറിയാവുന്ന ഒരാളെന്ന നിലയ്ക്കാണ് ഞാനിത് പറയുന്നത്. ഇത്രയെങ്കിലും ചെയ്തില്ലെങ്കിൽ ഞാനൊരു മനുഷ്യനാണോ?"

മാനേജർ ഹൃദയ വിശാലതയ്ക്ക് ഉചിതമായ വാക്കുകൾ തേടുകയാണ്.

തന്റെ പെണ്ണിനെ ഒരു പ്രദർശനവസ്തുവാക്കുവാൻ ആവശ്യപ്പെടുന്ന ഈ മാനേജർക്ക് നേരെ അലറാനും കാർക്കിച്ചു തുപ്പാനും തനിക്ക് കഴിയാത്തത് എന്തുകൊണ്ടെന്ന് അയാൾ സങ്കടപ്പെട്ടു. ജോലിയിൽനിന്നു പിരിച്ചുവിടപ്പെട്ടിട്ടും വല്ലാത്തൊരു ഭയവും വിധേയത്വവും തൊണ്ടയെപ്പോലും കീഴടക്കുന്നില്ലല്ലോ?

"ഭാര്യക്കും ഭർത്താവിനും ഒരേസ്ഥാപനത്തിൽ ജോലി. സന്തുഷ്ട കുടുംബത്തിന്റെ ലക്ഷണമായിരിക്കും അത്. തീർച്ചയായും ഹൃദ്യമായൊരനുഭവം. അല്ലെങ്കിൽത്തന്നെ ഇതൊരു ജോലിയാണോ? ഏതു ജോലിയും ചില്ലറ അദ്ധ്വാനം ആവശ്യപ്പെടുന്നുണ്ടല്ലോ, യാതൊരദ്ധ്വാനവും ആവശ്യമില്ലാത്ത ഏക ജോലി ഇതു മാത്രമല്ലേ, ദിനംപ്രതി പുതുപുത്തൻ വസ്ത്രങ്ങൾ ധരിച്ചു പ്രത്യക്ഷപ്പെടാൻ ഏതു സ്ത്രീയുടെ ഉള്ളമാണ് കൊതിക്കാത്തത്."

മാനേജരുടെ വർണ്ണന വിഷവായുവായി മുറിയിൽ നിറഞ്ഞു. അത് അയാളെ വല്ലാതെ വീർപ്പുമുട്ടിച്ചു. ജാലകത്തിലൂടെ മഴയിൽ കുതിരുന്ന നഗരത്തിന്റെ പരിച്ഛേദം കാണാമായിരുന്നു.

ഇത്രയേറെ ഗുണങ്ങളുള്ള ഈ ജോലിക്ക് തന്റെ പെണ്ണിനെയോ ഉടപ്പിറന്നോളെയോ കൊണ്ടുവന്നൂടെയെന്നൊരു ചോദ്യം തികട്ടിവന്ന അശ്ലീലപദത്തോടൊപ്പം മുറി വിട്ടിറങ്ങുമ്പോൾ അയാൾ പുറത്തേക്ക് തുപ്പി.

ആഹുവെന്നൊരു രതിജന്യ ശബ്ദത്തോടെ വിധേയത്വം കൊണ്ടു ബലം കുറഞ്ഞുവന്ന അയാളുടെ കഴുത്തിൽ തൂങ്ങിയാടി കൊണ്ടാണ് ഗായത്രി ടെക്സ്റ്റൈൽസിന്റെ ഓഫറിനെ ഭാര്യ വരവേറ്റത്. അയാള തൊട്ടും പ്രതീക്ഷിച്ചിരുന്നില്ല. കുറഞ്ഞപക്ഷം തലവെട്ടിച്ചു കൊണ്ടുള്ള ഒരു നടത്തം. 'എന്റെ പട്ടി പോകുമെന്നൊ'രു ചീറ്റലും നീരസവും. കരുതിയത് ഒന്നുമുണ്ടായില്ല.

തന്റെ അവസ്ഥയെ മറച്ചുവെച്ച് കാര്യങ്ങൾ അവതരിപ്പിച്ചുപോയെന്ന് അയാൾ ഭയന്നു. മാനേജർ ഉള്ളിൽ തള്ളിയിട്ട മോഹനസുന്ദരവാക്കുകൾ തന്റെ വാക്കുകളെയും അവതരണത്തേയും പതംവരുത്തിയിട്ടുണ്ടാകണം. താൻ അനുഭവിക്കുന്ന ജോലി സംബന്ധമായ ക്ലേശങ്ങളെക്കുറിച്ച് ഒരിക്കൽപ്പോലും ഭാര്യയോട് പങ്കുവെക്കാതിരുന്നത് അപരാധമായി അയാൾക്കനുഭവപ്പെട്ടു. ഭർത്താവ് മോഡലാണെന്ന് അവൾ അഭിമാനത്തോടെ പറഞ്ഞു കേൾക്കുമ്പോൾ തിരുത്തേണ്ടതായിരുന്നു. കണ്ണാടിക്കൂട്ടിൽ തളം കെട്ടിയ ഗതികെട്ട തന്റെ ജീവിതത്തെക്കുറിച്ച് ഒരിക്കലെങ്കിലും സൂചിപ്പിക്കേണ്ടതായിരുന്നു.

താൻ ജോലിയിൽ തുടരുന്നതിനു നിന്റെ ഇടപെടൽ ആവശ്യമില്ലെന്നും ജോലി നഷ്ടപ്പെടാനിടയുണ്ടെന്ന് ഫലിതം പറയുകയായിരുന്നുവെന്നുമുള്ള അയാളുടെ ഇടയ്ക്കുള്ള ന്യായം ഭാര്യ മുഖവിലയ്ക്കെടുക്കാതിരിക്കുകയും ഒരു ജോലി നല്കുന്ന സുരക്ഷിതത്വത്തെക്കുറിച്ച് ആവർത്തിച്ച് ഓർമ്മിപ്പിക്കുകയും ചെയ്തപ്പോൾ എല്ലാം പൂർത്തിയാകുന്നതായി അയാളുടെ മനസ്സ് പ്രവചിച്ചു.

നേർരേഖയിൽ പണിപ്പെട്ടു കാലുചേർത്തുപോകുന്ന ഒരു പാവാടക്കാരിയെ അയാൾ അർദ്ധമയക്കത്തിൽ കണ്ടു. ക്യാമറകൾ ചൊരിയുന്ന വെള്ളി വെളിച്ചത്തേയും ഇരുട്ടിൽനിന്നു നീളുന്ന കഴുകൻ കണ്ണുകളേയും അഭിമുഖീകരിക്കാനാവാതെ അവൾ വേദിവിട്ടിറങ്ങിയോടുന്നു. കരിഞ്ഞുപോയ പാടങ്ങൾക്ക് നടുവിലൂടെ വറ്റിവരണ്ട തോട്ടിൻകരയിലൂടെ....

വൈകിട്ട് സ്കൂൾ വിട്ടുവരുമ്പോൾ അയൽപക്കത്തെ വീട്ടിലിരിക്കണമെന്നും അമ്മ ഒരു ഇന്റർവ്യൂവിന് പോകുകയാണെന്നുമുള്ള മകനോടുള്ള വാക്കുകൾ കേട്ടാണ് അയാൾ രാവിലെ കണ്ണുതുറന്നത്. വല്ലാത്തൊരു ഊർജ്ജസ്വലതയോടെ രണ്ടുമുറി വീടിന്റെ പൊതുവായ വരാന്തയിലൂടെ അവൾ അക്ഷമയോടെ നടക്കുന്നത് പാതി ചാരിയ വാതിലിലൂടെ അയാൾ കണ്ടു.

രാവിലെ അയാളോടൊപ്പം ഓഫീസിലെത്തപ്പെട്ട ഭാര്യക്ക് ഏറെ കാത്തിരിക്കാതെ മാനേജരെ കാണാൻ അനുമതി ലഭിച്ചത് അയാളെ അത്ഭുതപ്പെടുത്തി. അവളെ അനുഗമിക്കാൻ ശ്രമിച്ച അയാളെ മുകളിലത്തെ നിലയിലേക്കുള്ള കവാടത്തിൽനിന്ന കാവല്ക്കാരൻ തടയുകയും കാൻഡിഡേറ്റിനു മാത്രമേ അകത്തേക്ക് അനുമതിയുള്ളുവെന്ന് അറിയിക്കുകയും ചെയ്തു.

ആകാശങ്ങളുടെ ഉയരങ്ങളിലേക്ക് ഗോവണി കയറി അവൾ പോയതായി അയാൾക്ക് തോന്നി. അന്തരീക്ഷത്തിലെ ചതിക്കുഴികളിൽ അവൾ പെട്ടു പോയേക്കാമെന്നും വിവേചനബുദ്ധികൂടാതെ ജോലി സംബന്ധിച്ച വ്യവസ്ഥകളിൽ അവൾ ഒപ്പുവെച്ചേക്കാനുള്ള സാദ്ധ്യത ഏറെയാണെന്ന ഭയം അയാളെ തളർത്തി.

എന്തു ചെയ്യണമെന്നറിയാതെ, പുറത്തേക്കിറങ്ങവേ കാവല്ക്കാരന്റെ അവജ്ഞ കലർന്ന നോട്ടം തന്നിലേക്ക് നീളുന്നത് അയാൾ അറിഞ്ഞു. അതിൽനിന്നു രക്ഷനേടാനായി അയാൾ താൻ നില്ക്കാറുള്ള കണ്ണാടിക്കൂടിന്റെ മറവിൽ അഭയം തേടി. ഇന്നലെവരെ ജോലി ചെയ്ത സ്ഥാപനത്തിൽ താൻ അന്യനാകുന്നത് അയാൾ അനുഭവിക്കുകയായിരുന്നു.

നിമിഷങ്ങൾക്കകം ഭാര്യ ജോലിക്കായി തെരഞ്ഞെടുക്കപ്പെട്ടെന്നും അതുകൊണ്ടു താൻ ഉടനെ ജോലിയിൽ പ്രവേശിക്കണമെന്ന അറിയിപ്പ് അയാൾക്ക് കിട്ടി. അയാൾ മേക്കപ്പ് റൂമിൽ കടന്നു അന്നത്തേക്ക് നിശ്ചയിക്കപ്പെട്ടിരുന്ന വസ്ത്രം അണിഞ്ഞ് കണ്ണാടിക്കൂടിലേക്ക് പ്രവേശിച്ചു വിദൂരതയിലേക്ക് നോക്കിനില്പായി.

വിവാഹ വസ്ത്രമെടുക്കാനെത്തിയ കസ്റ്റമേഴ്സിൽ ചിലർ ഒരത്ഭുത വസ്തുവിനെ കാണുന്നതു പോലെ അയാളെ നോക്കിനിന്നു. മുൻപ് പലപ്പോഴുമുണ്ടായിട്ടുള്ളതു പോലെ കണ്ണാടിക്കൂടിനകത്ത് മനുഷ്യനാണെന്നും അതല്ല മെഴുക് പ്രതിമയാണെന്നുമുള്ള അവരുടെ മങ്ങിയ തർക്കശബ്ദം കണ്ണാടിക്കൂടിനകത്തുനിന്ന് അയാൾ കൗതുകത്തോടെ കേട്ടു. ഏതാനും വാര അകലെയുള്ള പൊതുനിരത്തിലൂടെ ഒരു രാഷ്ട്രീയപാർട്ടിയുടെ ജാഥ കടന്നുപോയി. വിദൂരമായ ഏതോ ഗ്രാമത്തിൽ നിന്നെത്തിയ സ്കൂൾ കുട്ടികൾ വരിവരിയായി അയാളുടെ മുന്നിലൂടെ കടന്നുപോയപ്പോൾ അയാൾക്ക് മകനെക്കുറിച്ചോർമ്മ വന്നു. മകന്റെ സ്കൂളിലെ കുട്ടികളും മെഴുകു മനുഷ്യനെ കാണാൻ വരുന്ന ഒരു ദിവസം ഏറെനാളായി അയാളുടെ സ്വപ്നത്തിൽ കലമ്പൽ കൂട്ടിത്തുടങ്ങിയിട്ട്.

പുറത്ത് വെയിലിന്റെ ശാന്തസമുദ്രം. നഗരം നിസ്സഹായതയുടെ ആവരണമണിഞ്ഞുകിടന്നു. പിന്നീടെപ്പോഴോ വെയിൽ വറ്റിയപ്പോൾ ഇരുട്ടൊരു കറുത്ത പുഷ്പം പോലെ ഇതൾ വിടർത്തി.

നഗരം നിയോൺ ബൾബിന്റെ പ്രഭയിൽ പുതയാൻ തുടങ്ങിയപ്പോൾ സാധാരണ അന്തിശബ്ദത്തെ കവിഞ്ഞൊരു ആരവം അടുത്തുവന്നു.

വസ്ത്രശാലയുടെ മുന്നിൽ ഉത്സവപ്പറമ്പിലേതു പോലെ തിരക്ക്. ചെറുപ്പക്കാരും വൃദ്ധരും പ്രാകൃതമായൊരു അഭിനിവേശത്തോടെ എന്തിനോ വേണ്ടി ധൃതി കൂട്ടുന്നത് അയാൾ കൺകോണുകൾ കൊണ്ട് അളന്നു.

ഏതാനും നിമിഷങ്ങൾക്കകം തന്റെ ഡ്യൂട്ടി അവസാനിക്കുമെങ്കിലും വേലികൾ കൊണ്ട് ഭേദിക്കാൻ കഴിയാത്ത ജിജ്ഞാസയുടെ വേലിയേറ്റത്തിൽ പ്രവേശന കവാടത്തിന്റെ അങ്ങേത്തലയ്ക്കൽ സംഭവിക്കുന്നതെന്തെന്നറിയാൻ നിസ്സഹായതയോടെ അയാൾ തല ചരിച്ചുനോക്കി.

പ്രവേശന കവാടത്തിന്റെ അങ്ങേത്തലയ്ക്കൽ വർണ്ണാഭമായി അണിയിച്ചൊരുക്കിയ കണ്ണാടിക്കൂട്ടിൽ പുതുപുത്തൻ ഫാഷൻ അടിവസ്ത്രങ്ങൾ മാത്രമണിഞ്ഞു തിളങ്ങിനില്ക്കുന്നത് തന്റെ ഭാര്യയാണെന്ന പൊള്ളിക്കുന്ന കാഴ്ചയിൽ ക്രമേണ അയാളിൽ സിരാവ്യൂഹങ്ങൾ ഒന്നൊന്നായി തണുത്തുറയാൻ തുടങ്ങി.

(*നവലോകം*- പൊൻകുന്നം വർക്കി അവാർഡ്; 2005)

സർജിക്കൽ സ്ട്രൈക്ക്

"ഹരെ ഭായി, താങ്കളുടെ ഫ്ളാറ്റിൽ താമസിക്കുന്ന ഒരു പാകിസ്ഥാനിയെ അറിയുമോ? വെളുത്തിട്ട്. നല്ല ഉയരമുള്ള ഒരുവൻ. പൈജാമയും കുർത്തയുമാണ് മിക്കപ്പോഴും വേഷം. അടുത്തകാലം വരെ ഈ ഷോപ്പിൽ വരാറുണ്ടായിരുന്നു. അവന്റെ പേര് ഈ നിമിഷം എന്റെ ചുണ്ടിലുണ്ടായിരുന്നു. ഒരു മിനിറ്റ്."

വാരണാസിക്കാരനായ അബ്ദുൽസലാം പറ്റെഴുതുന്ന ബാൾ പേന ചുണ്ടിനു കുറുകെ പിടിച്ച് ചിന്താനിമഗ്നനായി. പിന്നെ കടയിലെ പണം സൂക്ഷിക്കുന്ന മേശവലിപ്പിന്റെ കോണിലെ പഴയ ബുക്കിന്റെ പേജുകൾ ധൃതിയിൽ മറിച്ച് നോക്കിയിട്ട് പറഞ്ഞു. "ജാവേദ് നഖ്‌വി, എന്തൊരു ഉശിരൻ പേര്. അറിയാമോ? നിങ്ങൾ താമസിക്കുന്ന അൽ ആന്ദലുസ് ബിൽഡിങ്ങിൽ തന്നെയാ കാലങ്ങളായി താമസിക്കുന്നത്. പാകിസ്ഥാനിയാ"

"കണ്ടിട്ടുണ്ട് എന്നല്ലാതെ....." സിയാദ് പ്രത്യേക താല്പര്യം ഒന്നുമില്ലാതെ പറഞ്ഞു.

"എന്നാൽ അവനെ കാണുമ്പോൾ എത്രയും പെട്ടെന്ന് എന്നെ വന്നു കാണാൻ പറയണേ. എത്രയോ നാളായി അവന്റെ മുഖമൊന്നു കണ്ടിട്ട്.." അബ്ദുൽസലാം പിന്നെയും എന്തൊക്കെയോ ശബ്ദം താഴ്ത്തി തന്നോട് തന്നെ പറഞ്ഞു കൊണ്ടിരുന്നു.

താമസിക്കുന്ന ഫ്ളാറ്റിനു സമീപത്തുള്ളതാണെങ്കിലും അൽ ജസീറ സൂപ്പർ മാർക്കറ്റ് എന്ന അറബിയിലുള്ള നിറം മങ്ങിയ ബോർഡ് വച്ചിരിക്കുന്ന ഈ പലവ്യഞ്ജനക്കടയിൽ സിയാദ് അധികം വരാറില്ല. വാരാന്ത്യത്തിൽ ഷംനയെയും പിള്ളാരെയും കൂട്ടി ഏതെങ്കിലും ഹൈപ്പർ മാർക്കറ്റിൽ പോയി വീട്ടിലേക്കുള്ള സാധനങ്ങൾ വാങ്ങുകയാണ് പതിവ്.

എത്രയേറെ സമയം ചെലവഴിച്ച് വാങ്ങിയാലും മിക്കപ്പോഴും എന്തെങ്കിലും ഒന്നോ രണ്ടോ സാധനം, മിക്കവാറും ഒഴിച്ച് കൂടാൻ പറ്റാത്തത്, മറന്നു പോകും. അങ്ങനെ മറന്ന ഐഡൈഡസ്ഡ് ഉപ്പ് വാങ്ങാനായി വന്നതാണ് ഇപ്പോൾ ഈ കടയിൽ.

ഉപ്പ് വാങ്ങി പണം കൊടുക്കുമ്പോൾ അബ്ദുൽ സലാം ഭവ്യതയോടെ ചോദിച്ചു.

“ഓർ കുച്ച്?”

“വേണ്ട...”

വിട്ടു പോയത് എന്തെങ്കിലും ഉണ്ടോയെന്ന സ്നേഹ സ്പർശമുള്ള ചോദ്യം ഒരിക്കലും ഹൈപ്പർ മാർക്കറ്റിലെ കാഷ്യർക്ക് ചോദിക്കാൻ കഴിയില്ലെന്ന് സിയാദ് ഓർത്തു. നീണ്ട ക്യൂവിലെ ഒരു കണ്ണി മാത്രമായ തന്നെ മറന്നു പോയത് ഓർമ്മിപ്പിക്കാനുള്ള സാവകാശം അവിടെയില്ല. എന്നിട്ടും എല്ലാവിധ അവശ്യസാധനങ്ങളുമുള്ള ഈ കടയും, ഹൃദ്യമായ പെരുമാറ്റവും മറികടന്നു കിലോമീറ്റർ അകലെയുള്ള ഹൈപ്പർ മാർക്കറ്റ് തേടി പോകുന്നു. അത്യാവശ്യമുള്ളതിനൊപ്പം, അടുത്ത നാളിലൊന്നും ഉപയോഗിക്കാൻ സാദ്ധ്യത ഇല്ലാത്തതുമായ സാധനങ്ങൾ വാങ്ങി പഴ്സിന്റെ കനം കുറയ്ക്കുന്നു.

“ജാവേദ് നഖ്‌വിയെ കണ്ടുവോ? ഞാൻ തിരക്കിയ കാര്യം പറഞ്ഞില്ലേ?”

പിറ്റേന്ന് രാവിലെ ഓഫീസിലേക്ക് പോകാൻ വണ്ടിയെടുക്കുന്നതിനായി പാർക്കിങ് ഏരിയയിലേക്ക് നടക്കുമ്പോൾ സമീപത്ത് പ്രത്യക്ഷപ്പെട്ട അബ്ദുൾ സലാം സിയാദിനോട് ചോദിച്ചു. പിന്നിട്ട രാത്രിയിൽ പറഞ്ഞ ഒരു കാര്യത്തിനു ഇരുട്ടി വെളുക്കുമ്പോൾ തന്നെ മറുപടി തേടുന്നു. എന്തൊരു ഫോളോ അപ്പാണ്! സിയാദിന് കലി വന്നു. ഉള്ളിൽ നീരസത്തിന്റെ കുമിളകൾ ഉയർന്നെങ്കിലും സിയാദ് “ഇല്ല, കണ്ടാൽ തീർച്ചയായും പറയാം” എന്ന് മാത്രമേ അപ്പോൾ പറഞ്ഞുള്ളൂ. അബ്ദുൾ സലാം ഫ്ളാറ്റ് സമുച്ചയം സ്ഥിതി ചെയ്യുന്ന കോമ്പൗണ്ടിന്റെ കോണിലുള്ള തന്റെ കട തുറക്കാൻ പോകുകയാണ്. അതിരാവിലെ പാലിന്റെയും കുപ്പൂസിന്റെയും നല്ല കച്ചവടം ലഭിക്കും.

“അയാളുടെ റൂം നമ്പർ തന്നാലും മതി. ഞാൻ പോയി കണ്ടോളാം” അബ്ദുൾസലാം ഔദാര്യവാനായി.

അതിസാമർത്ഥ്യക്കാരെ തീർത്തും തണുത്ത പ്രതികരണം കൊണ്ടാണ് സിയാദ് നേരിടാറുള്ളത്. പെരുമാറ്റത്തിലെ വൈകല്യം എന്ന ഭാവം. അതുകൊണ്ട് അറിയാമെന്നോ, അറിയില്ലെന്നോ വിവേചിക്കാൻ പ്രയാസമുള്ള തരത്തിൽ തലകുലുക്കുക മാത്രം ചെയ്തു. ആ തലകുലുക്കത്തിന്റെ പൊരുൾ എന്തെന്നുറപ്പിക്കാനാവാതെ അബ്ദുൾസലാം നിന്നു. എന്തെങ്കിലും അയാൾക്ക് ചോദിക്കാനുള്ള സാവകാശം ലഭിക്കുന്നതിനു മുമ്പ് സിയാദ് ഇരുപതു കിലോമീറ്റർ അകലെയുള്ള വ്യവസായ മേഖലയിലെ ഓഫീസിലേക്ക് വേഗത്തിൽ വണ്ടിയെടുത്തു

കഴിഞ്ഞിരുന്നു.

കഴിഞ്ഞ പത്തു കൊല്ലമായി സിയാദ് അൽ ആന്ദലൂസ് ബിൽഡിങ്ങിൽ താമസിക്കാൻ തുടങ്ങിയിട്ട്. ഇടത്തരക്കാരായ പരദേശികൾ കൂടുതലായി താമസിക്കുന്ന ഒരിടത്തായിരുന്നു അത്. നഗരത്തിന്റെ തിരക്കുകൾ പൊതുവേ കുറഞ്ഞയിടം. അവിടേക്ക് താമസം മാറുമ്പോൾ എതിർ ദിശയിലെ ഫ്ളാറ്റിൽ ഏതോ കെനിയക്കാരനും കുടുംബവുമായിരുന്നു താമസം. അവർ ഒഴിഞ്ഞു പോയപ്പോഴാണ് ജാവേദ് നഖ്‌വി ഭാര്യയും രണ്ടു കുട്ടികളുമായി അവിടെ താമസമാക്കിയത്. 'ഗ്ലോബൽ സോഴ്സ്' എന്ന പേരിൽ സ്വന്തമായി ട്രേഡിങ് സ്ഥാപനം നടത്തുന്നു എന്നാണ് പരിചയപ്പെട്ടപ്പോൾ അയാൾ പറഞ്ഞത്. നഗരത്തിലെ വൻകിട കമ്പനികൾ സ്ഥിതി ചെയ്യുന്ന സ്ഥലത്താണ് ഓഫീസെന്ന് വിസിറ്റിങ് കാർഡ് നോക്കിയപ്പോൾ സിയാദിനു മനസ്സിലായി. ആൾ ചില്ലറക്കാരനല്ലെന്ന് മനസ്സിൽ ഉറപ്പിച്ചു.

"ഇവിടെയും, പുറം രാജ്യങ്ങളിലുമുള്ള വൻകിട കമ്പനികളിൽനിന്ന് സ്പെയർ പാർട്സ് വാങ്ങി നഗരത്തിലും പരിസരങ്ങളിലുമുള്ള ഫാക്ടറികൾക്കു വില്ക്കുന്ന ചെറിയ ബിസിനസ്. ഇരുപത്തിയഞ്ചോളം തൊഴിലാളികളുണ്ട്. എന്ത് സാധനം വേണമെങ്കിലും പറയാം. ഞങ്ങൾ മിതമായ വിലയിൽ എത്തിച്ച് തരും. ഉമ്മയെയും ബാപ്പയെയും ഒഴിച്ച്."

ജാവേദ് നഖ്‌വി മന്ദസ്മിതത്തോടെ തന്റെ ബിസിനസിനെ പരിചയപ്പെടുത്തി. പാകിസ്ഥാനിലെ പാത്താൻ സ്വദേശിയായ അയാൾ ഇപ്പോൾ കറാച്ചിയിലാണ് താമസം. രണ്ടു പതിറ്റാണ്ട് കഴിഞ്ഞു ഈ മണൽ നഗരത്തിൽ വന്നിട്ട്. വന്ന നാൾ മുതലേ സ്വന്തമായി ബിസിനസ് നടത്തുന്നു. "മറ്റൊരാളുടെ കീഴിൽ ജോലി ചെയ്യാൻ എനിക്ക് ബുദ്ധിമുട്ടാണ് ഭായിജാൻ. നമുക്ക് ഒരു സ്വാതന്ത്ര്യം ഇല്ല. പത്തു മിനിറ്റ് വൈകിയാൽ ചോദ്യങ്ങളായി. എന്നാൽ രാത്രി മുഴുവൻ ഇരുന്നു ജോലി ചെയ്താലോ ഒരു നല്ല വാക്കില്ല. നഷ്ടമായാലും, ലാഭമായാലും തനിച്ച് നേരിടുന്നതാണ് എനിക്കിഷ്ടം. അതുകൊണ്ട് അതിന്റേതായ ടെൻഷനുമുണ്ട് കേട്ടോ. നമ്മളെ ആശ്രയിച്ച് കഴിയുന്ന ഇരുപത്തിയഞ്ച് കുടുംബങ്ങളുണ്ടല്ലോ? അവർ പട്ടിണിയാകരുതല്ലോ?" അയാൾ ഉത്തരവാദിത്വത്തോടെ പറഞ്ഞു.

പിന്നീട് പലപ്പോഴായി ജാവേദ് നഖ്‌വിയെ ഒറ്റയ്ക്കോ, ചിലപ്പോൾ കുടുംബത്തോടൊപ്പമോ ലിഫ്റ്റിലോ ഇടനാഴിയിൽ വച്ചോ സിയാദ് കണ്ടു. മിക്കപ്പോഴും തിരക്കിലായിരുന്നതുകൊണ്ട് ആദ്യം കണ്ടപ്പോഴുണ്ടായ ഹ്രസ്വമായ സംഭാഷണം പോലും പിന്നീടുണ്ടായില്ല. ഇരുവരും ചിരിച്ചും ചിരിക്കാതെയും കടന്നു പോയി. നീണ്ട നാളുകൾ അയൽവാസിയായി കഴിഞ്ഞിട്ടും എന്തു കൊണ്ടാണ് ഊഷ്മളമായ സൗഹൃദം വളരാതെ പോയതെന്ന് സിയാദ് ഓഫീസിലേക്കുള്ള യാത്രയിൽ ഓർത്തു. എത്ര തണുപ്പ് കാലം, വേനൽക്കാലം, പെരുന്നാളുകൾ കടന്നു പോയിരിക്കുന്നു. ശത്രുരാജ്യത്തുകാരൻ എന്ന നിലയിലുള്ള അടുപ്പക്കുറവും, തന്റെ പ്രായത്തിലുള്ള ഒരാൾ സ്വന്തമായി ബിസിനസ് ചെയ്യുമ്പോൾ താനി

പ്പോഴും താഴ്ന്ന ശമ്പളം മാത്രം ലഭിക്കുന്ന കമ്പനിയിലെ സെയിൽസ് എക്സിക്യൂട്ടീവ് ജോലിയിൽമാത്രം എന്ന ചിന്തയുമെന്നു അയാൾ സ്വയം വിലയിരുത്തി.

അപ്പുറത്തെ ഫ്ളാറ്റിലുള്ളവരെ ആരെയും കാണാനേ ഇല്ലല്ലോയെന്ന് അത്താഴം കഴിക്കുന്നതിനിടയിൽ ഷംനയോട് സിയാദ് ചോദിച്ചു. അവരെ കണ്ടിട്ട് ഒരു കാര്യമുണ്ടായിരുന്നു. ഒരാവശ്യം വന്നപ്പോൾ അവരെ കാണാനില്ല എന്നും അയാൾ പറഞ്ഞു. പതിവില്ലാത്ത എന്താവശ്യം അവരെക്കൊണ്ട് എന്നൊന്നും പറയാതെ തീൻ മേശയുടെ ഇരുപുറവും ഇരുന്നു ചപ്പാത്തിയും ചിക്കൻ കറിയും കഴിക്കുന്ന കുട്ടികളെ നോക്കി ഇവരല്ലേ അവരുടെ അടുത്ത ബന്ധുക്കൾ എന്ന് ഷംന പറഞ്ഞു ചിരിച്ചു. ജാവേദ് നഖ്‌വിയുടെ കുട്ടികൾക്ക് തന്റെ മക്കളുമായുള്ള ഗാഢസൗഹൃദത്തെ പറ്റി സിയാദ് ഓർത്തത് അപ്പോഴാണ്. ലിഫ്റ്റ് തുറന്നാൽ ഇടത്തോട്ട് തിരിഞ്ഞാൽ ജാവേദ് നഖ്‌വിയുടെയും വലത്തോട്ട് തിരിഞ്ഞാൽ സിയാദിന്റെയും ഫ്ളാറ്റുകളായിരുന്നു. രണ്ടു ഫ്ളാറ്റിന്റെയും ബന്ധിപ്പിക്കുന്ന ഇടനാഴിയിൽ കുട്ടികൾ അവരുടെ സാമ്രാജ്യം തീർക്കുന്നതിനു പലവുരു അയാൾ സാക്ഷിയായിരിക്കുന്നു. വാരിവലിച്ചിട്ടിരിക്കുന്ന അവരുടെ സ്ഥാവരജംഗമ വസ്തുക്കളെ തടസ്സപ്പെടുത്താതെ മുറിയിലേക്ക് എത്തുകയെന്നത് തന്നെ ശ്രമകരമായിരുന്നു.

“ഇല്ല ഉപ്പച്ചി... ബിലാലും നൂറും ഇപ്പോൾ നമ്മുടെ മുന്നിൽ വരില്ല. അവർക്ക് ഷെയിമാ. അവർ കളിക്കാൻ വന്നിട്ട് കുറെ ദിവസങ്ങളായി.” റിസ്വാൻ പറഞ്ഞു.

“ശരിയാ... അവർക്ക് ഷെയിമാ” റിഥയും ഏട്ടനെ അനുകരിക്കാൻ ശ്രമിച്ചു.

സിയാദും ഷംനയും കാര്യം പിടികിട്ടാതെ കുട്ടികളെ നോക്കി.

“എന്തു ഷെയിമാ പിള്ളാരെ...അവർ തുണിയില്ലാതെയാണോ വരുന്നത്?” ഷംനയുടെ ചാട്ടുളി ചോദ്യത്തിനു മുന്നിൽ കുട്ടികൾ പതറിയില്ല.

“അല്ലുമ്മ... സർജിക്കൽ സ്ട്രൈക്കിൽ നമ്മുടെ സൗൾജെർസ് അവരുടെ തെർട്ടി എയിറ്റ് ടെററിസ്റ്റിനെ കിൽ ചെയ്തില്ലേ. അതിന്റെ ന്യൂസ് ഞാൻ ടാബിൽ കാണിച്ചപ്പോൾ അവർക്ക് ഭയങ്കര ഷോക്കായിപ്പോയി. അതുവരെ അവർ ഫുൾ പവറിൽ നില്ക്കുകയായിരുന്നു. പിറ്റേ ദിവസം മുതലാ രണ്ടുപേരും വരാതായത്.” റിസ്വാൻ തന്റെ ഭാഗം ന്യായീകരിച്ചു.

“പിള്ളാര് പറയുന്നത് ശരിയായിരിക്കും. സർജിക്കൽ സ്ട്രൈക്കിന്റെ വാർത്ത വന്നതിനുശേഷം വഫയെയും ഞാൻ കണ്ടിട്ടില്ല. ഉറിയിലെ ആക്രമണത്തിനു പകരമായി അവരൊന്നും ഇത്രയും കനത്ത തിരിച്ചടി പ്രതീക്ഷിച്ചു കാണില്ല. അനുഭവിക്കട്ടെ. നമ്മളായിട്ടു തുടങ്ങി വച്ചതൊന്നുമല്ലല്ലോ? ചോദിച്ച് വാങ്ങിയതല്ലേ?” ഷംനയിൽ ദേശാഭിമാനം തുടിച്ചു.

“ഇനി അവരുടെ ബന്ധുക്കള് ആരെങ്കിലും മരിച്ചിട്ടുണ്ടാകുമോ ഉമ്മാ?” റിസ്വാൻ ചോദിച്ചു.

"അതിനൊള്ള സാദ്ധ്യതയില്ല. അവർ കറാച്ചിക്കാരല്ലേ. നമ്മുടെ മിലിട്ടറി ബോംബിട്ടത് അതിർത്തിയോട് ചേർന്ന പ്രദേശങ്ങളിലാ."

"കേരളവും കാശ്മീരും പോലെ ദൂരമുണ്ടോ ഉമ്മാ?"

"ഗൂഗിളിൽ സേർച്ച് ചെയ്ത് നോക്ക്. ഡിസ്റ്റൻസ് കിട്ടും."

"ബിലാലിന്റെ അങ്കിൾ പാക് ആർമിയിലെ കേണലാണത്രെ. ചിലപ്പോൾ അയാൾക്ക് വല്ലതും പറ്റിക്കാണും. അതിൽ അവർക്ക് തീർച്ചയായും ദേഷ്യം കാണും. അതുകൊണ്ടാവും കളിക്കാനൊന്നും വരാത്തത്." റിസ്വാൻ സങ്കടത്തോടെ പറഞ്ഞു.

"ഇസ്ലമാബാദ് ഈസ് ദ ക്യാപിറ്റൽ ഓഫ് പാകിസ്ഥാൻ....." റിഥ ക്വിസ് കോമ്പറ്റിഷന് വേണ്ടി പഠിച്ചത് ഉരുവിട്ടു.

ഭാര്യയും കുട്ടികളും പിന്നെയുമെന്തൊക്കെയോ സർജിക്കൽ സ്ട്രൈക്കിനെക്കുറിച്ച് അഭിമാനപൂർവ്വം പറഞ്ഞുകൊണ്ടിരുന്നു.

അടുത്ത നാളുകളായി ജാവേദ് നഖ്‌വിയെ, ഫ്ളാറ്റിലോ, പരിസരത്ത് വച്ചോ കണ്ടുമുട്ടാതിരുന്നത് യാദൃച്ഛികമല്ല എന്ന് സിയാദിനും തോന്നി. ഒരാഴ്ച മുമ്പ് രാവിലെ ഓഫീസിൽ പോകാനായി വാതിൽ തുറക്കുമ്പോൾ ജാവേദിന്റെ ഫ്ളാറ്റിന്റെ വാതിലും അപ്രതീക്ഷിതമായി തുറന്നിരുന്നു. ആരാണ് കതകിനു പിറകിൽ എന്ന് വ്യക്തമായില്ല. ജാവേദാണെങ്കിൽ തലവെട്ടം കാണുമ്പോൾ തന്നെ 'അസലാമുഅലൈക്കു'മെന്നു ആശംസിക്കാറുണ്ടായിരുന്നു. സിയാദ് 'വഅലൈക്കും മുസ്സലാം' എന്ന് തിരികെ അഭിവാദ്യം ചെയ്യും. ഏതാനും നിമിഷങ്ങൾ അന്ന് കാത്തു നിന്നെങ്കിലും ഒരനക്കവും ഉണ്ടായില്ല. തീയിൽ ചവിട്ടിയത് പോലെ മുന്നോട്ട് വച്ച കാൽ പിറകോട്ട് എടുക്കുകയും വാതിൽ കൗശലപൂർവ്വം അടയ്ക്കുകയും ചെയ്തതിന്റെ പിന്നിലെ ചേതോവികാരം എന്തെന്ന് ഇപ്പോൾ തെളിഞ്ഞു വരുന്നുണ്ട്. ദേശത്തിനു ഏറ്റ നാണക്കേട് നിമിത്തം ശത്രുരാജ്യക്കാരനായ തന്നെ നേരിൽ അഭിമുഖീകരിക്കാൻ സ്വാഭാവികമായും കുറച്ചു ദിവസത്തേക്ക് വിഷമം കാണുമെന്നു സിയാദ് ഓർത്തു.

ഏതാക്രമണത്തിന്റെയും ഒടുവിൽ അനാഥമാവുന്ന കുട്ടികളെയും സ്ത്രീകളെയും കുറിച്ച് കുടുംബത്തോട് സൂചിപ്പിക്കണമെന്നു ഉള്ളിലുണ്ടായിരുന്നെങ്കിലും പകലിലെ ദുരിത പൂർണ്ണമായ അലച്ചിലും ട്രാഫിക് ജാമിൽ കുരുങ്ങി, സമാന്തര പാതകൾ ചുറ്റിയുള്ള മടക്കയാത്രയും കാരണം സിയാദ് തളർന്നിരുന്നു. എന്തെങ്കിലും മിതമായി കഴിച്ച് ആഴത്തിൽ മയങ്ങാൻ മാത്രമായിരുന്നു അയാളുടെ ശരീരം കൊതിച്ചത്.

സിയാദിന്റെ സെയിൽസ് എക്സിക്യൂട്ടീവ് ജോലിയിൽ, പിന്നിട്ട വർഷങ്ങളേക്കാൾ കൂടുതൽ പ്രയത്നം ആവശ്യമുള്ള നാളുകളായിരുന്നു കടന്നു പോയിക്കൊണ്ടിരുന്നത്. പിന്നിട്ട പതിനഞ്ച് കൊല്ലത്തെ സർവ്വീസിനിടയിൽ സെയിൽസ് ടാർജറ്റ് തികയ്ക്കാൻ ഒരിക്കൽപ്പോലും ഇത്രയേറെ ബുദ്ധിമുട്ടിയിട്ടില്ല.

എണ്ണ വിലയിടിവിനെത്തുടർന്നുണ്ടായ സാമ്പത്തിക മാന്ദ്യം

കാരണം ആ മണൽ നഗരത്തിലെ പല വൻകിട പ്രോജക്ടുകളും സർക്കാർ മന്ദഗതിയിലാക്കി. ഗവൺമെന്റ് ജീവനക്കാരുടെ അലവൻസുകളിൽ കുറവ് വരുത്തിയതും വിപണിയെ സാരമായി ബാധിക്കാൻ തുടങ്ങിയിരുന്നു. എണ്ണവില കുതിച്ചുയർന്ന നാളുകളിലുണ്ടായിരുന്ന ആർഭാടങ്ങൾക്കും ആഘോഷങ്ങൾക്കും പൊടുന്നനെ നിയന്ത്രണം വന്നു. എവിടെയും അവസാനമില്ലാത്ത ദുഃഖാചരണത്തിന്റെ മട്ട്. പണലഭ്യതയിലുള്ള കുറവ് കാരണം ഇടയ്ക്ക് വച്ച് മുടങ്ങിയ പ്രോജക്ടുകളുടെ എണ്ണം പെരുകി. തൊഴിലാളികൾക്കുള്ള ശമ്പളം പോലും കൊടുക്കാനില്ലാതെ പല കമ്പനികളും അടച്ചുപൂട്ടാൻ തുടങ്ങി. ഭക്ഷണം പോലും കഴിക്കാനില്ലാതെ ലേബർക്യാമ്പുകളിൽ കുടുങ്ങിയ നിർഭാഗ്യവാന്മാരുടെ ജീവിതം വാർത്തയിൽ നിറഞ്ഞപ്പോൾ സർക്കാരുകൾ ഇടപെട്ട് അവരവരുടെ പൗരന്മാരെ നാട്ടിലേക്ക് കൊണ്ട് പോകാൻ തുടങ്ങി. ജീവിതത്തിനു കൂടുതൽ വർണ്ണങ്ങൾ വിതറാൻ വന്നവർ അപ്രതീക്ഷിതമായ ആഘാതത്തിൽ പെട്ട് തീർത്തും നിരാശരായി തിരിച്ചു പോവുന്ന ദുരന്തം സിയാദ് അനുദിനം കണ്ടു. ഒറ്റയ്ക്ക് വന്നവർ കൂട്ടമായി തിരികെ പോകുന്നു.

വിപണി മുടന്തൻ കുതിരയെപ്പോലെ നീങ്ങിയപ്പോൾ പണം നിക്ഷേപിക്കാൻ മിക്ക ട്രേഡിങ് സ്ഥാപനങ്ങളും മടിച്ചു. ഇറക്കുമതി ചെയ്ത സാധനങ്ങൾ വിറ്റ് പോകുമോ എന്ന ഭയം. രാജ്യത്തേക്ക് വന്നു കൊണ്ടിരുന്ന അവശ്യ സാധനങ്ങൾ ഒഴിച്ചുള്ളവയുടെ ഒഴുക്ക് കുറഞ്ഞപ്പോൾ സ്വാഭാവികമായും ആദ്യം പ്രതിസന്ധിയിലായത് സിയാദ് ജോലി ചെയ്യുന്ന കാർഗോ മേഖലയായിരുന്നു. പ്രമുഖ കാർഗോ കമ്പനിയിലെ സെയിൽസ് എക്സിക്യുട്ടീവായി ജോലി ചെയ്യുന്ന അയാളുടെ ജോലി ഏതു നിമിഷവും അവസാനിക്കുമെന്ന നിലയിലായി. കമ്പനി ഓരോ ദിനവും സ്റ്റാഫിനെ കുറച്ചു കൊണ്ടിരുന്നു. അടുത്ത കാലത്തായി ജോലിയിൽ പ്രവേശിച്ച ചെറുപ്പക്കാരായിരുന്നു പുറത്തേക്കുള്ള വഴിയിൽ ആദ്യം ഇടം പിടിച്ചത്. ലോകത്തിന്റെ ഏതെങ്കിലും കോണിൽനിന്ന് പുതിയ അവസരങ്ങൾ തങ്ങളെ തേടിവരുമെന്ന ആത്മവിശ്വാസം അവർക്കുണ്ടായിരുന്നു. പ്രായം കൂടുന്തോറും, സിയാദിന് നഷ്ടപ്പെട്ടു കൊണ്ടിരുന്നതും ഈ വിശ്വാസമായിരുന്നു. ജോലി നഷ്ടപ്പെട്ടാൽ നാട്ടിൽ പോയി എന്ത് ചെയ്യുമെന്ന ചിന്തയിൽ അയാൾ പലപ്പോഴും സ്ഥലകാലബോധം നഷ്ടപ്പെട്ടവനെപ്പോലെ കാണപ്പെട്ടു.

ബിസിനസ് കൊണ്ടുവരാൻ കഴിഞ്ഞില്ലെങ്കിൽ നാട്ടിലേക്ക് പുറപ്പെടാൻ തയ്യാറാകൂവെന്നാണ് കഴിഞ്ഞ ദിവസം ക്യാബിനിലേക്ക് വിളിച്ച് കഫീലിന്റെ* മകൻ പറഞ്ഞത്. കഫീലിന് വാർദ്ധക്യവും രോഗവും ബാധിച്ചതിനാൽ, ബിസിനസ് ചുമതലകൾ വഹിക്കുന്നത് അമേരിക്കയിൽനിന്ന് വിദ്യാഭ്യാസം കഴിഞ്ഞു വന്ന ഇളയമകനാണ്. കമ്പനിയിലെ കൂടുതൽ സർവ്വീസ് ഉള്ള ആൾ എന്ന പരിഗണനയൊന്നും

* കഫീൽ: തൊഴിലുടമ

സിയാദിനോട് അയാൾക്ക് ഉണ്ടായിരുന്നില്ല. എന്തുകൊണ്ടാണ് ടാർജറ്റ് തികയ്ക്കാൻ കഴിയാത്തത് എന്ന് വിശദീകരണം കേൾക്കാൻ പോലും അയാൾ ഒരുക്കമായിരുന്നില്ല. എന്തോ സൂചിപ്പിക്കാൻ തുനിഞ്ഞ സിയാദിനോട് അയാൾ കയർത്തു. 'ഇറ്റ് ഈസ് നൺ ഓഫ് മൈ ബിസിനസ്. ഐ നീഡ് കോൺട്രാക്റ്റ് ആൻഡ് ഓർഡേഴ്സ്. നോ എക്സ്പ്ലനേഷൻ.' ആ കൂടിക്കാഴ്ചയുടെ മൂന്നാം ദിനമാണ് താങ്കളുടെ തുടർന്നുള്ള സർവ്വീസ് കമ്പനിക്ക് ആവശ്യമില്ലെന്നു കാണിച്ചുള്ള നോട്ടീസ് സിയാദിന് കിട്ടിയത്.

പ്രാരാബ്ധങ്ങളുടെ കുരുക്കിൽനിന്ന് കുതറിമാറാൻ എളുപ്പമല്ലാത്തതുകൊണ്ട് കഴിവതും പിടിച്ച് നില്ക്കാൻ സിയാദ് ശ്രമിച്ചിരുന്നു. ബിസിനസ് നേടാൻ വേണ്ടി ഉച്ച ഭക്ഷണം പോലും ഉപേക്ഷിച്ച് നിരവധി ഓഫീസുകൾ കയറിയിറങ്ങി. ഈമെയിലും, ഫോൺ കോളിനും പകരം ഓഫീസുകളിൽ തീരുമാനമെടുക്കുന്നവരെ മുഖാമുഖം കണ്ടു. എല്ലാം വിഫലം. പറിച്ച് നടപ്പെട്ട ജീവിതത്തിലെ ഈ മലക്കം മറിയലിൽ, അബ്ദുൾ സലാം പറഞ്ഞ വിധം ജാവേദിനെ തിരയാൻ സമയം കിട്ടിയിരുന്നില്ല. പക്ഷേ, അടുത്ത ദിവസം സന്ധ്യക്ക്, സിയാദ് ഫ്ളാറ്റിലേക്കുള്ള ലിഫ്റ്റിൽ നിന്ന് പുറത്തിറങ്ങുമ്പോൾ, അബ്ദുൾ സലാം മുന്നിലുണ്ട്.

"ഹരെ സാബ്......ഇതാണ് ജാവേദ് നഖ്‌വിയുടെ ഫ്ളാറ്റ്. എത്രയോ വർഷങ്ങളായി താങ്കൾ ഇവിടെ താമസിക്കുന്നു. എന്നിട്ടും താങ്കളുടെ അയൽവാസിയെ പരിചയപ്പെട്ടിട്ടില്ലേ? നിങ്ങൾ കേരളക്കാരുടെ പേര് കളയുമല്ലോ! മലയാളികൾ ആരുമായും പെട്ടെന്ന് ചങ്ങാത്തം കൂടുന്നവർ എന്നാണല്ലോ കേട്ടിരിക്കുന്നത്?"

അബ്ദുൾ സലാമിന്റെ വാക്കുകളിൽ പുരണ്ടിരിക്കുന്ന ക്രൂരമായ പരിഹാസം കേട്ടില്ലെന്നു നടിച്ച് ചെറു പുഞ്ചിരിയോടെ സിയാദ് വാതിലിൽ ചാവി തിരുകി.

കോളിങ് ബെൽ തുടരെ അമർത്തിയിട്ടും ആരും വാതിൽ തുറക്കാത്തതിനാൽ അബ്ദുൾ സലാം ദേഷ്യപ്പെട്ട് വാതിൽ പലകയിൽ ശക്തമായി മുട്ടാൻ തുടങ്ങി. സന്ധ്യാനേരത്തെ പതിവ് നിശ്ശബ്ദതയിലെ ആ ഒച്ച കെട്ടിടത്തിലെ അന്തേവാസികളെ അലോസരപ്പെടുത്തിക്കൊണ്ടിരുന്നു. സമീപ ഫ്ളാറ്റുകളിൽനിന്ന് പലരും കാര്യമറിയാനായി വന്നുപോയി. അബ്ദുൾ സലാം രണ്ടു കല്പിച്ച് തന്നെയായിരുന്നു. എന്തു വന്നാലും വാതിൽ തുറക്കാതെ പോവില്ല എന്നയാൾ ആണയിട്ടു. ആരോ മുറിക്കുള്ളിൽ ഉണ്ട്. വന്നപ്പോൾ മുറിയിൽ ലൈറ്റ് ഉണ്ടായിരുന്നു. ബെൽ അമർത്തിയപ്പോൾ മുതലാണ് നിലച്ചത്. തന്നെ ബോധപൂർവ്വം കബളിപ്പിക്കുകയാണ്.

ഏതാനും മിനിറ്റുകൾ കഴിഞ്ഞപ്പോൾ, അടുത്തുള്ള പള്ളിയിൽ നിന്നുള്ള തക്ബീർ ധ്വനികളാൽ അന്തരീക്ഷം മുഖരിതമായി. അബ്ദുൾ സലാം പ്രാർത്ഥനയ്ക്കായി പുറത്തേക്കു പോയി. അയാൾ തിരികെ പോയതാവും എന്നാണു സിയാദ് കരുതിയത്. എന്നാൽ മറ്റു വഴികൾ

എല്ലാം മറന്നു പോയവണ്ണം അയാൾ തിരികെ വന്നു.

ഇടവേളയ്ക്കു ശേഷമുള്ള ആദ്യ മുട്ടൽ പൂർത്തിയാക്കുന്നതിന് മുമ്പു തന്നെ അകത്തു നിന്ന് വഫയുടെ നേർത്ത ശബ്ദം.

"അദ്ദേഹം ഇവിടെയില്ല സാബ്"

"എവിടെ പോയി?"

"എനിക്ക് അറിയില്ല...."

"എപ്പോൾ വരും?"

"സത്യമായും എനിക്ക് അറിയില്ല സാബ്"

"നിങ്ങൾക്ക് അറിയില്ലെങ്കിൽ പിന്നെയാർക്ക് അറിയാം. അയാൾക്ക് വേറെ ഭാര്യയും പിള്ളാരുമുണ്ടോ?"

അകത്ത് വഫയുടെ തേങ്ങൽ കനത്തു.

ആ ചോദ്യം ഒഴിവാക്കേണ്ടതായിരുന്നുവെന്ന അർത്ഥത്തിൽ സിയാദ് അബ്ദുൾസലാമിനെ തറപ്പിച്ചു നോക്കി. തേങ്ങൽ വല്ലാതെ നീണ്ടു പോകുന്നുവെന്നു കണ്ടപ്പോൾ അബ്ദുൾസലാമിനും അങ്ങനെ തോന്നിക്കാണും.

ആരുടെയൊക്കെ നേരെയോ ശാപവാക്കുകൾ ചൊരിഞ്ഞു കൊണ്ട് അബ്ദുൽ സലാം ലിഫ്റ്റിനു വേണ്ടി കാത്തു നില്ക്കാതെ ഇരുണ്ട പ്രകാശം മാത്രമുള്ള സ്റ്റെയർ കേസിന്റെ പടിയിറങ്ങി. താൻ വഞ്ചിക്കപ്പെട്ടിരിക്കുന്നുവെന്നു അയാൾ തുടർച്ചയായി വിലപിച്ചു. "താൻ ഈ അന്യനാട്ടിൽ വന്നത് എല്ലാവരെയും പോലെ ജീവിതം കരുപിടിപ്പിക്കാനാണ്. കുടുംബ വീതം വിറ്റും, ഭാര്യയുടെ ആഭരണം വിറ്റും കിട്ടിയ തുക കൊണ്ടാണ് ഈ ബക്കാലയിട്ടത്*. ഒരിക്കലും ഒരിനത്തിനും അന്യായമായ വില ഈടാക്കിയിട്ടില്ല. കാലാവധി തീർന്ന സാധനങ്ങൾ ഹൈപ്പർ മാർക്കറ്റിൽനിന്ന് കുറഞ്ഞ വിലയ്ക്ക് വാങ്ങി വിറ്റ് ആരെയും പറ്റിച്ചിട്ടില്ല. ഒരിക്കലും അളവിൽ മായം കാണിച്ചിട്ടില്ല. അല്ലെങ്കിൽ പറയട്ടെ. അങ്ങനെയുള്ള എന്നോട് ചെയ്യുന്നത് ചതിയാണ്. ഒന്നും രണ്ടും റിയാലല്ല. അയ്യായിരം റിയാലാണ് ആ ഹിമാർ** മൂന്നു മാസമായി വൈകിപ്പിക്കുന്നത്. ഇന്ന് തരും നാളെ തരുമെന്ന് കരുതി ക്ഷമിക്കുകയായിരുന്നു. ഇപ്പോൾ ഫോണും എടുക്കുന്നില്ല. ആളിനെയും കാണാനില്ല."

സ്വന്തമായി കമ്പനി നടത്തുന്ന ആളാണ് എന്റെ അയൽവാസിയെന്നും മാന്യന്മാർ താമസിക്കുന്ന കെട്ടിടമാണിതെന്നും ഇവിടെ കിടന്നു ബഹളമുണ്ടാക്കരുതെന്നും അയാളോട് പറയാൻ സിയാദിനു ആഗ്രഹമുണ്ടായിരുന്നു. ആവശ്യമില്ലാതെ പുറത്ത് നിന്ന് ഒരാൾ പ്രവേശിക്കരുതെന്ന് നിർബ്ബന്ധമുള്ളതുകൊണ്ടാണ് ജാവേദ് നഖ്വി ഈ ഫ്ളാറ്റിലാണ് താമസിക്കുന്നതെന്ന് ആദ്യമേ പറയാതിരുന്നത്. പക്ഷേ, അതൊക്കെ പറഞ്ഞാൽ അനുബന്ധമായി ഉണ്ടായേക്കാവുന്ന ചോദ്യങ്ങളെ നേരിടാൻ തന്റെ പക്കൽ സമയമില്ലല്ലോ എന്ന് സിയാദ് ഓർത്തു.

---

* ബക്കാല : പലചരക്ക് കട,

** ഹിമാർ: കഴുത

“നമ്മുടെ ഈ രാജ്യത്തെ ജീവിതം അവസാനിച്ചു. ബിസിനസ് കുറവായതിനാൽ കമ്പനി ഒട്ടേറെ സ്റ്റാഫിനെ കുറച്ചു. എന്റെ ജോലിയും നഷ്ടമായി. ഒരാഴ്ചയ്ക്കകം നാട്ടിലേക്ക് മടങ്ങാനാണ് കമ്പനി ആവശ്യപ്പെട്ടിരിക്കുന്നത്. എല്ലാ സാധനങ്ങളും ഉടനെ പാക്ക് ചെയ്യണം.”

സിയാദിന്റെ ഓഫീസ് നേരിടുന്ന പ്രതിസന്ധിയെക്കുറിച്ച് യാതൊരു വിധ ധാരണയും ഇല്ലാതിരുന്ന ഷംന സിയാദ് തമാശ പറയുകയാണെന്നാണ് ആദ്യം കരുതിയത്. കാര്യങ്ങളുടെ ഗൗരവം മനസ്സിലായപ്പോൾ അവൾ പതറി. വിവാഹത്തിന് ശേഷം സിയാദിനോടൊപ്പം ആദ്യമായി ഈ നഗരത്തിലേക്ക് വന്ന നാളുകൾ അവളോർത്തു. കഴിഞ്ഞ പതിനഞ്ചു കൊല്ലങ്ങൾ ഈ നഗരത്തിന്റെ ഭാഗമായി ജീവിച്ചു. ആരിൽനിന്നും അസുഖകരമായ അനുഭവങ്ങൾ ഉണ്ടായിട്ടില്ല. പുറംനാട്ടിൽ ജീവിക്കാനല്ല, ഭിന്നിപ്പിന്റെ സ്വരം ഉയരുന്ന സ്വന്തം നാട്ടിൽ ജീവിക്കാനാണ് തനിക്ക് പേടിയെന്നു അവൾക്ക് തോന്നി.

“ഇനി നമ്മൾ എന്ത് ചെയ്യും?”

“കഴിഞ്ഞ പതിനഞ്ച് വർഷങ്ങൾ ജോലി ചെയ്തതിന്റെ ആനുകൂല്യങ്ങൾ കമ്പനി തരും. അതുകൊണ്ട് തല്ക്കാലം മുന്നോട്ട് പോണം. അതിനിടയിൽ മറ്റൊരു ജോലി നാട്ടിൽ കണ്ടെത്തണം. അല്ലെങ്കിൽ വീണ്ടുമൊരു കുടിയേറ്റം.”

“എങ്ങോട്ട്?” ഷംന അയാളുടെ മുഖത്തേക്ക് പ്രതീക്ഷയോടെ നോക്കി.

കുഴയ്ക്കുന്ന ചോദ്യം. സിയാദിനു പെട്ടെന്നൊരു മറുപടി ഉണ്ടായിരുന്നില്ല. അയാൾ വാതിൽ തുറന്ന് നഗര കാഴ്ചകളിലേക്ക് തുറക്കുന്ന ബാൽക്കണിയിൽ ഏകനായി നിന്നു. വൈദ്യുത ദീപങ്ങൾ പ്രഭ ചൊരിയുന്ന നഗരകേന്ദ്രത്തിനപ്പുറം ഇരുട്ടിന്റെ കൂടാരം. മറ്റൊരു നഗരത്തിലേക്ക് നീളുന്ന വിശാലമായ പാതയുടെ അവ്യക്ത ദൃശ്യം. അയാൾ ആ വഴി പലപ്പോഴും യാത്ര ചെയ്തിട്ടുണ്ട്. ആ പാതയുടെ ഒരു വശത്തായി, അകലെ ശാന്തമായ സമുദ്രമുണ്ട്. മോഹഭൂമി തേടി ഇറങ്ങിപ്പുറപ്പെട്ടവർ ആദ്യം വന്നെത്തിയത് ആ തീരത്താണ്.

പതിറ്റാണ്ടുകൾക്കപ്പുറത്ത് ഇരുളിൽ പത്തേമാരിയിൽ വന്നിറങ്ങിയവരുടെ മുന്നിൽ ഏതു വഴിയാണ് തെളിഞ്ഞു നിന്നത് അതേ വഴി നിന്റെ മുന്നിലും തെളിയുമെന്നാരോ മന്ത്രിക്കുന്നു. രാത്രിയും പകലും ദിശയറിയാതെ ദിവസങ്ങൾ നടന്നപ്പോൾ മുന്നിലൊരു വഴിത്താര തെളിഞ്ഞുവരുകയായിരുന്നു. എപ്പോൾ, എവിടെ വച്ച് ആ വഴി തെളിയും എന്നീ ചോദ്യങ്ങൾക്ക് പ്രസക്തിയില്ല. വിജന ഭൂമിയുടെ വന്യതയും ഏകാന്തതയും താണ്ടിയ ജീവിതങ്ങളുടെ പിൻഗാമികളാണ് നമ്മൾ. തളരാൻ പാടില്ല. നീലാകാശത്തിന്റെ വിദൂരമായ കോണിൽനിന്ന് ഒരു നക്ഷത്രം സാന്ത്വനം പോലെ തന്റെ നേർക്ക് നോക്കി പുഞ്ചിരിക്കുന്നത് സിയാദ് കണ്ടു.

റിഥയ്ക്കും റിസ്വാനും നാട്ടിലെ ജീവിതമാണ് പണ്ടേ ഇഷ്ടം.

എത്രയും പെട്ടെന്ന് നാട്ടിലേക്ക് പോയാൽ മതി. തൊടിയിലും കുളത്തിലും ആവോളം കളിക്കാം. ഉപ്പൂപ്പയുടെയും, ഉമ്മൂമ്മയുടെയും അരികിൽ കഥയും നാട്ടുവാർത്തയും കേട്ടിരിക്കാം. വെയിലിൽ മുക്കിയെടുത്ത ഈ നഗരത്തിൽ എന്താണുള്ളത്?

"അത്യാവശ്യമുള്ളത് മാത്രം കാർഗോ അയക്കാം. ഫർണിച്ചറും മറ്റും എടുത്തുകൊണ്ടുപോകാൻ ഒരാളെ ഏർപ്പാടാക്കിയിട്ടുണ്ട്. വിലയൊന്നും ലഭിക്കില്ല."

ഷംന കുട്ടികളുടെ വസ്ത്രങ്ങളും, പുസ്തകങ്ങളുമെല്ലാം ഒരുക്കി വെക്കാൻ തുടങ്ങി. കുറെ കാര്യങ്ങളിൽ സിയാദും സഹായിച്ചെങ്കിലും അയാൾക്ക് പെട്ടെന്ന് മടുത്തു. അടഞ്ഞു പോകുന്ന കണ്ണുകളോടെ, ഇനിയും ഒരാഴ്ച സമയമുണ്ടല്ലോ എന്ന് മന്ത്രിച്ച് അയാൾ കിടക്കയിലേക്ക് അമർന്നു.

പൂർണ്ണമായ ഉറക്കമെന്നത് ഏറെ നാളായി സിയാദിനു നഷ്ടമായിട്ട്. കണ്ണടച്ച് തുടങ്ങിയാൽ വിഭ്രാന്തി നിറഞ്ഞ സ്വപ്നങ്ങളിലൂടെ ഊളിയിടാനാണ് മനസ്സിന് ഇഷ്ടം. ഓർക്കാൻ ഇഷ്ടപ്പെടാത്ത എന്തെങ്കിലും ഒരു പകൽ സംഭവത്തെ കേന്ദ്രമാക്കി വികസിക്കുന്ന കാടുകയറുന്ന സ്വപ്ന പരമ്പര. പതിവുപോലെ മനസ്സ് ഏതോ സ്വപ്നത്തിന്റെ ചിറകിലേറാൻ തുടങ്ങുമ്പോഴാണ് മൊബൈൽ ശബ്ദിച്ചത്.

പരിചിതമല്ലാത്ത ലോക്കൽ നമ്പർ. അടിയന്തരമായി അറിയാനുള്ള എന്തെങ്കിലും കാര്യമായിരിക്കുമെന്ന തോന്നലിൽ സിയാദ് ഫോൺ കാതോട് ചേർത്തു.

"ഹലോ സിയാദ് ഭായി.. അസലാമു അലൈക്കും."

തീർത്തും പരിക്ഷീണമായ സ്വരം. താനുമായി ഏറ്റവും അടുത്ത് നില്ക്കുന്ന ആരുടെയോ ആണല്ലോ എന്ന് വിചാരിക്കവെ അയാൾ പരിചയപ്പെടുത്തി.

"മേം......ജാവേദ് നഖ്‌വി ബോലരെ.....ആപ്ക്കാ പടോസി."

"കഹാംസെ ബോലരെ ഭായി.....ഇദർ നഹി ഹേ?"

"ഇല്ല...ഒരു ചെക്ക് കേസിൽ പ്രതിയായി രണ്ടാഴ്ചയായി ജയിലിലാ. ഞാൻ നല്കിയ ചില ചെക്കുകൾ ബൗൺസായി. ആവശ്യമായ തുക യഥാസമയം എന്റെ അക്കൗണ്ടിൽ നിക്ഷേപിക്കാൻ എനിക്ക് കഴിഞ്ഞില്ല. സാധനം കൊടുത്ത വകയിൽ എനിക്ക് കിട്ടേണ്ട വലിയ തുക തരാതെ രണ്ടു കമ്പനികൾ ഇതിനോടകം പൂട്ടി. അതാണ് കാരണം. പക്ഷേ, ആരും എന്റെ അവസ്ഥ മനസ്സിലാക്കുന്നില്ല. കോടതിക്ക് നിരപരാധിത്വം ബോദ്ധ്യപ്പെട്ടാൽ മാത്രമേ ഇവിടുന്ന് ഇറങ്ങാനാവൂ. അല്ലെങ്കിൽ..."

ദുർഘടമായ ഏതോ കോട്ടയ്ക്കുള്ളിൽ അകപ്പെട്ടവനെപ്പോലെ ജാവേദ് നഖ്‌വിയുടെ ശബ്ദം പതറിയിരുന്നു. അയാളുടെ കണ്ണീർ ഫോണിലൂടെ പകർന്ന് നെഞ്ച് ചുട്ടുപൊള്ളുന്നതായി സിയാദിന് തോന്നി.

"എന്റെ കുടുംബത്തിനു ഞാൻ എവിടെയാണെന്ന കാര്യം ഇതുവരെ അറിയില്ല. അവരിതൊന്നും അറിയാൻ ഇടവരരുത്. കുട്ടികൾ

പേടിക്കും. ഇപ്പോഴാണ് ഫോൺ ചെയ്യാൻ കഴിയുന്നത്. എന്റെ അവസ്ഥ ആദ്യമായി പറയുന്നത് ഭായിജാനോടാണ്. ഒരുബന്ധുവുള്ളത് രണ്ടു മാസമായി നാട്ടിലാണ്."

ഒരാഴ്ചയ്ക്കകം ഈ രാജ്യംവിട്ടു പോവേണ്ട തന്റെ സഹായത്തിനു ഏറെ പരിമിതിയുണ്ടെന്നത് വിസ്മരിച്ച് സിയാദ് ചോദിച്ചു.

"എന്താണ് ഞാൻ ചെയ്യേണ്ടത്?"

"ദയവായി വഫയെയും കുട്ടികളെയും ഉടനെ കാണണം. ആവശ്യമായ ആഹാര സാധനങ്ങൾ അടിയന്തരമായി എത്തിക്കണം. എന്തെങ്കിലും വാങ്ങിക്കൊടുക്കാനുള്ള സാവകാശം എനിക്ക് കിട്ടിയില്ല. അടുത്ത മാസം ഈ കേസ് വീണ്ടും കോടതി പരിഗണിക്കും. പണം കൊടുക്കാൻ അവധി ലഭിക്കുമെന്നാണ് പ്രതീക്ഷ."

"തീർച്ചയായും ഭായിജാൻ" എന്ന് സിയാദ് മറുപടി പറഞ്ഞു മുഴുമിപ്പിക്കുന്നതിനു മുമ്പ് ഫോൺ നിലച്ചു. മരുഭൂമിയുടെ കനത്ത നിശ്ശബ്ദത കാതിനെ പൊതിഞ്ഞ പോലെ. തിരികെ വിളിച്ച് താങ്കൾ വിഷമിക്കാതിരിക്കു, ഞാനുണ്ട് എന്ന് ആത്മബലം കിട്ടത്തക്ക വിധം ദൃഢമായി പറയാൻ സിയാദ് ആഗ്രഹിച്ചു. ആകസ്മിക സംഭവങ്ങളുടെ ആകത്തുകയാണ് ജീവിതമെന്ന് പറഞ്ഞാലോ. തളരാതെ നില്ക്കാൻ കരുത്തേകുന്ന ഒരു വാക്ക് ഏതെന്നു അയാൾ സ്മൃതിശേഖരത്തിൽ തിരഞ്ഞു. കോൾ വന്ന നമ്പരിലേക്ക് പലവുരു വിളിച്ചെങ്കിലും ഈ നമ്പർ ചലനമറ്റിരിക്കുകയാണ് എന്ന സന്ദേശം മാത്രമാണ് ലഭിച്ചത്. ഏതു ജയിലിൽ എന്ന് ചോദിച്ചറിയാൻ പോലും കഴിഞ്ഞില്ല.

വിവരമറിഞ്ഞ ഷംനയും കുട്ടികളും വല്ലാതെ സങ്കടപ്പെട്ടു. വല്ലാത്തൊരു കുറ്റബോധം അവരെ വലയം ചെയ്തു. ഇത്രനാളും അയൽ വാസികളെ പുറത്ത് കാണാതിരുന്നപ്പോൾ അന്വേഷിക്കാ തിരുന്നത് പിഴ. വലിയ പിഴ.

വല്ലാത്തൊരു സ്നേഹവായ്പോടെ ഷംനയും കുട്ടികളുമാണ് ആദ്യം ജാവേദിന്റെ ഫ്ളാറ്റിലേക്ക് ഓടിയത്. വഫ വാതിൽ തുറന്നപാടെ, തേങ്ങൽ അടക്കാൻ ബദ്ധപ്പെട്ട് അകത്തെ മുറിയിലേക്ക് ഓടിപ്പോയി. തങ്ങളെ അഭിമുഖീകരിക്കുന്നതിൽ വഫയ്ക്ക് വൈമനസ്യം ഉണ്ടാവു മെന്ന് സിയാദ് പ്രതീക്ഷിച്ചിരുന്നു.

സിയാദ് മുറിക്കുള്ളിൽ കയറാതെ ചുരുങ്ങിയ ദിവസങ്ങൾക്കുള്ളിൽ ഈ കുടുംബത്തിനു എന്ത് ചെയ്യാൻ കഴിയുമെന്നോർത്ത് വാതില്ക്കൽ തന്നെ നില്ക്കുകയാണ്. നാട്ടിലേക്ക് മടങ്ങുന്നതിനു മുമ്പ് ജാവേദിന്റെ അടുത്ത സുഹൃത്തുക്കളെ കണ്ടെത്തി ഇവരെ സുരക്ഷിതമായി ഏല്പിക്കേണ്ടതുണ്ട്. വഫയ്ക്ക് അവരുടെ ഫോൺ നമ്പർ അറിയു മായിരിക്കും.

എണ്ണപ്പെടാവുന്ന നിമിഷങ്ങൾ എന്ന് പറയുന്നതിന്റെ അർത്ഥം തിരിച്ചറിയുന്നത് ഇപ്പോഴാണ്. പതിനഞ്ച് കൊല്ലം നാട്ടിലെന്ന പോലെ ജീവിച്ച ഈ നഗരത്തിൽ, വീണ്ടും വരുമെന്ന് ഉറപ്പില്ലാതെ, എന്നേക്കുമായി

അകന്നു പോവുന്നതിന്റെ വേദനയിൽ ഹൃദയം പുളയുന്നു. പുരാതന ഗോത്ര സംസ്കൃതിയുടെ അടയാളങ്ങൾ പേറുന്ന വിജന ഗ്രാമങ്ങളും, സമുദ്രം ഇപ്പോൾ ഊർന്നു പോയ വിധമുള്ള മരുഭൂവിലെ മലഞ്ചെരിവുകളും ഒരിക്കൽക്കൂടി കാണാൻ മോഹം. നിമിഷവും മാറിമറിയുന്ന പരദേശിയുടെ ജീവിതം പോലെയുള്ള മണൽമലകളും, മരുഭൂമിയിൽ കഴിഞ്ഞ ഏകാന്ത രാത്രികളും ഒരിക്കൽക്കൂടെ അറിയണം. അടുത്ത് നില്ക്കുന്ന ആളിനെ പോലും മറയ്ക്കുന്ന തവിട്ടു നിറമുള്ള പൊടിക്കാറ്റ് എല്ലാ നിസ്സഹായതയോടെയും അനുഭവിക്കണം. നാനാവിധമായ ചിന്തകളുടെയും വിചാരങ്ങളുടെയും വേലിയേറ്റം മനസ്സിൽ. എന്തൊക്കെയോ ചെയ്തു തീർക്കാനുള്ള വീർപ്പുമുട്ടൽ. വാതിൽ പകുതി തുറന്നു സിയാദ് അക്ഷമയോടെ അകത്തേക്ക് നോക്കി. ആരെയും കാണുന്നില്ല. അകം ചുവരിൽ ജാവേദിന്റെ വർണ്ണാഭവും, സന്തുഷ്ടകരവുമായ കുടുംബ ഫോട്ടോ. അവരെ ആദ്യം കാണുന്നത് പോലെ, ആ ഫോട്ടോയിൽ കണ്ണ് നട്ട് നിന്ന അയാളുടെ തോളിൽ അകത്തെ മുറിയിൽനിന്ന് പാഞ്ഞെത്തിയ ഷംന മഹാസങ്കടങ്ങൾ കൊണ്ട് കൊരുത്ത ആർത്തനാദത്തോടെ മുഖമമർത്തി. പുറത്ത് ഇരുട്ട് കനക്കുകയായിരുന്നു. പ്രാചീനമായ ഏതോ മരുസ്ഥലിയിൽനിന്ന് അവിടേക്ക് പ്രചണ്ഡമായി വീശിയടിക്കാൻ തുടങ്ങിയ ഉഷ്ണക്കാറ്റിൽ ആ ഫ്ളാറ്റ് ദുർബ്ബലമായ കൂടാരം കണക്കെ വിറകൊള്ളാൻ തുടങ്ങുകയായിരുന്നു.

9 789389 410150

Printed by Libri Plureos GmbH in Hamburg, Germany